AF761320

சமூக ஊடக வரலாறு!

சமூக ஊடக வரலாறு!

(ஃபேஸ்புக், டிவிட்டர் போன்ற சேவைகளுக்கு எல்லாம் முன்னர் தோன்றிய யூஸ்நெட், பிடோநெட், ஐஆர்சி, பிளாட்டோ, ஜியோசிட்டிஸ், லைவ்ஜர்னல், வெப்ரிங்ஸ் உள்ளிட்ட முன்னோடி சேவைகள் வாயிலாக சமூக ஊடகத்தின் தோற்றத்தையும் வளர்ச்சியையும் விவரிக்கும் நூல்)

சைபர்சிம்மன்

ZDP
SPECIFICS

Title: Samooga Oodaga Varalaaru
Author's Name: Cybersimman

Published by ZDP Specifics

SPECIFICS

(An imprint of Zero Degree Publishing)
No.75 & 76, I Floor, Kuppusamy Street,
Balaji Nagar, Padi,
Chennai - 600050

Website: www.zerodegreepublishing.com
E Mail id: zerodegreepublishing@gmail.com
Phone: 89250 61999

ZDP Specifics First Edition: January 2026
ISBN: 978-93-47206-10-8
TITLE NO ZDPS:134

Rs. 190/-

Cover Design & Layout: Vijayan, Creative Studio
Printed at Rathna Offset, Chennai, India

சமூக ஊடக முன்னோடிகளுக்கு

பொருளடக்கம்

அறிமுகம்

சமூக ஊடகம் என அறியப்படும் சேவைகள் வளர்ந்து கொண்டே இருக்கின்றன. நாமறிந்த வகையில் சமூக ஊடகம் என்பது உருமாறிக்கொண்டே இருக்கிறது. ஃபேஸ்புக், டிவிட்டர், இன்ஸ்டாகிராம் என பேசிக்கொண்டிருந்த நிலை மாறி, கிளப்ஹவுஸ், டிக்டாக் பிரபலமாகி, அடுத்த கட்டமாக மாஸ்டோடான், புளுஸ்கை போன்றா மையமில்லா சேவைகள் கவனத்தை ஈர்க்கின்றன.

சமூக ஊடகம் தொடர்பான புரிதலும் மாறிக்கொண்டே இருக்கிறது. சமூகத்தின் மீதும் தனிமனிதர்கள் மீதுமான சமூக ஊடகத்தின் தாக்கம் அதிகரித்திருக்கிறது. சமூக ஊடகம் என்பது கருத்துப் பரிமாற்றத்திற்கும், தகவல் தொடர்பிற்குமான சேவைகள், இணையம் வாயிலாக மனிதர்கள் அவர்களுக்கு ஆர்வம் உள்ள வகையில் சமூகமாக திரண்டு செயல்படுவதற்கான வெளி என்ற நிலை மாறி, அரசியல் கட்சிகளாலும், அமைப்புகளாலும் பிரச்சார நோக்கிலும், பெரும் நிறுவனங்கள் முதல் சிறு வணிகர்கள் வரை பலதரப்பினராலும் வர்த்தக நோக்கிலும் பயன்படுத்தப்படும் நிலை வந்திருக்கிறது.

ஒரு பக்கம் சமூக ஊடகம் அதன் தன்மை நீர்த்துப்போய் வர்த்தகமயமாகி இருக்கும் நிலையில் இன்னொரு பக்கம், சமூக ஊடகப் பரப்பில் பெரு நிறுவனங்கள் ஆதிக்கம் செலுத்த துவங்கியிருக்கின்றன. அவற்றின் அல்கோரிதம்களே ரசனைகளையும்,

தேர்வுகளையும் தீர்மானிக்கின்றன. அல்கோரிதம்களின் நோக்கமும் லாபத்தைப் பெருக்குவதாக இருக்கின்றன. இது தொடர்பாக பயனாளிகளின் பங்களிப்பு என்பது தரவுகளை அள்ளித்தருவதாகவே அமைகிறது.

இடைப்பட்ட ஆண்டுகளில் சமூக ஊடகம், அரபு வசந்தம் உள்ளிட்ட மக்கள் புரட்சிக்கும், வால்ஸ்டிரீட் ஆக்கிரமிப்பு உள்ளிட்ட போராட்டங்களுக்கும் வித்திட்டிருக்கின்றன. தனிமனிதர்கள் தங்கள் உணர்வுகளையும், கருத்துக்களையும், திறன்களையும் வெளிப்படுத்த வைத்து, கிரியேட்டர்களையும், இணைய நட்சத்திரங்களையும் உருவாக்கியிருக்கிறது. ஆனால், இப்போது கிரியேட்டர்கள் செல்வாக்காளர்கள் நடத்தப்பட்டு, வர்த்தக நோக்கத்தோடு இயக்கப்படுகின்றனர்.

சமூக ஊடகத்தைக் கட்டுப்படுத்த சர்வாதிகார அரசுகளுடன் போட்டியிடும் அளவுக்கு ஜனநாயக அரசுகளும், புதிய விதிமுறைகளையும், சட்டங்களையும் கொண்டுவருகின்றன. பொய்ச்செய்தி, பிழைச் செய்தி மலிந்திருக்கும் நிலையில், கட்டுப்பாடு முயற்சிகளும், வாய்ப்பூட்டுப் போடும் செயல்களும் அதிகரித்துள்ளன.

இந்தப் பின்னணியில், சமூக ஊடகத்தின் வேர்களை அறிந்து கொள்வது அவசியமாகிறது. அதிலும் குறிப்பாக பரவலாக அறியப்பட்ட சமூக ஊடக வரலாறு என்பது சமகால வரலாறாகவே இருக்கும் நிலையில், மூல அல்லது முன்வரலாற்றை நினைவுபடுத்துவது கூடுதல் தேவையாகிறது. மேலும், சமூக ஊடகம் என்பது பல பிரிவுகளில் கிளைவிட்டு வளர்ந்து வந்திருக்கும் நிலையில், சமூக வலைப்பின்னல் தளங்களாக மட்டும் அதைச் சுருக்கிப் புரிந்துகொள்ளும் போக்கும் இருக்கிறது.

சமூக ஊடக வரலாறு என்பது பரவலாகக் கருதப்படுவது போல, சிக்ஸ்டிகிரீஸ் தளத்தில் இருந்து துவங்குவது அல்ல. சமூக வலைப்பதிவு தளங்களுக்கு முன்பே யூஸ்நெட் எனும் முன்னோடி விவாதக் குழு சேவை இருந்திருக்கிறது. வாட்ஸ் அப்பின் மூலம் என்று சொல்லக்கூடிய ஐ.ஆர்.சி சேவை இருந்திருக்கிறது. இவற்றுக்கு எல்லாம் முன்பாக பிபிஎஸ் என அழைக்கப்படும் தகவல் பலகை அமைப்புகள் இருந்திருக்கின்றன.

தகவல் பலகை அமைப்புகளை உலக அளவில் ஒருங்கிணைத்த அற்புத வலைப்பின்னலாக, பிடோநெட் வலை இருந்திருக்கிறது. இவற்றுக்கு எல்லாம் மூல சேவையாக, இணைய கல்வியின் பிறப்பிடம் பிளாட்டோ சேவை விளங்கியது. யூஸ்நெட், தகவல் பலகை, பிடோநெட் போன்ற முன்னோடி சேவைகள் எல்லாமே இணையம் எனும் வலைப்பின்னலுக்கு வெளியே உருவாகி வளர்ந்தவை என்பதுதான் கவனிக்க வேண்டிய விஷயம்.

சமூக ஊடகம் என்பது இணையம் சார்ந்த தகவல் தொடர்பு சேவைகள் என கருதப்படும் நிலையில், சமூக ஊடகம் எனும் சொல் பயன்பாட்டிற்கு வருவதற்குப் பல ஆண்டுகளுக்கு முன்னரே, கம்ப்யூட்டரின் புதுமையான மக்கள் பயன்பாடு சார்ந்து வெகு இயல்பாக உருவான இந்த மூல சேவைகள் சமூக ஊடகம் தொடர்பான நம் புரிதலை மேம்படுத்தக்கூடியவை.

சமூக ஊடகம் எனும் சொல்லப்படும் சேவைகளின் ஆதார அம்சம் பயனாளிகளும், அவர்கள் கூட்டாக உருவாக்கும் இணைய சமூக தன்மையுமே என்பதை, வெல் மற்றும் எக்கோ போன்ற துவக்க கால இணைய சமூக சேவைகள் உணர்த்துகின்றன.

வீடியோ கேம் பிரியர்களுக்கான டிஸ்கார்டு உள்ளிட்ட பிரத்யேக சேவைகள் இன்று மேலெழும் சூழலில், இணைய விளையாட்டுகளும் ஆரம்ப கால சேவைகளில் முக்கிய அங்கம் வகித்ததையும் மனதில் கொள்ள வேண்டும்.

தனிமனித பயன்பாட்டிற்கான பர்சனல் கம்ப்யூட்டர் காலம் துவங்குவதற்கு முன்னரே 1971இல், மக்களுக்கான கம்ப்யூட்டர் தகவல் தொடர்பு திட்டத்துடன் துவங்கும் வரலாற்றுப் புள்ளியில் இருந்து, தகவல் பலகை, யூஸ்நெட், இமெயில் குழுக்கள், அரட்டை சேவைகள், இணைய சமூகங்கள், வலைப்பதிவு, சமூகச் செய்தி, கூட்டு முயற்சிக்கான விக்கி உள்ளிட்ட சேவைகள் வரலாற்றை விவரித்து, நவீன சமூக ஊடகமான சமூக வலைப்பின்னல் வரலாற்றின் துவக்கத்தை வந்தடைகிறது இந்தப் புத்தகம்.

இருபத்தைந்து ஆண்டுகளுக்கு மேலாக இணைய பரிச்சயம் உண்டென்றாலும், பயன்படுத்தியிராத பழைய சேவைகளை அவற்றின் வரலாற்றுக் குறிப்புகள் மூலமே புரிந்துகொண்டு எழுதுவது பெரும் சவாலானது. பிராட்பேண்ட் இணையமும்,

கையடக்க போனில் எப்போதும் உயிர்பெறும் இணையமும் இயல்பாக இருக்கும் காலத்தில், தொலைபேசி வாயிலாக இணையத்தை அணுகிய காலத்தில் உருவான சேவைகளை இந்த புத்தகம் விவரிக்க முயற்சிக்கிறது. இவற்றோடு பலரும் அறியாத வலைமாலை சேவைகளையும் விவரிக்கிறது.

மறந்துபோன, மறைந்துபோன சேவைகளை நினைவூட்டும் முயற்சி அல்ல, மாறாக சமூக ஊடகத்தின் வேர்களைப் புரிந்து கொள்ளும் முயற்சியாக இது அமைகிறது.

மக்கள் ஊடகமாக உருவான சேவைகள், வர்த்தகமயமாகியிருக்கும் சூழலில், இந்த போக்கிற்கு எதிரான குரலாகவும் அமைகிறது.

இருபது ஆண்டுகளுக்கும் மேலாக இணையம் தொடர்பாக கவனித்து எழுதிவரும் அனுபவம் இதற்கு ஊக்கம் அளித்தது என்றால், தமிழகத்தின் முன்னணி கல்லூரி ஒன்றில் ஏழு ஆண்டுகள் மாணவர்களுக்கு டிஜிட்டல் இதழியல் பாடம் நடத்த கிடைத்த அரிய வாய்ப்பு அளித்த அனுபவம் இதற்கு அடிப்படையாக அமைந்தது.

சமூக ஊடக வரலாறு கால வரிசை

சமூக ஊடக வரலாற்றை வாசிப்பதற்கு முன், வாசகர்களுக்குப் கொஞ்சம் முன் தயாரிப்பு தேவைப்படலாம். ஏனெனில், இந்தப் புத்தகம் விவரிக்கும் சமூக வரலாறு உண்மையில், சமூக ஊடக முன்வரலாறாகவே அமைகிறது. இந்த முன்வரலாறு பரவலாக அறியப்படாமல் இருப்பதாலும், இந்த வரலாற்றை உருவாக்கிய முன்னோடி சேவைகள் பெரும்பாலும் புதிதாகவும், புதிராகவும் இருக்கலாம். எனவே சமூக ஊடக வரலாற்றுப் பயணத்தைப் புரிந்துகொள்ள உதவும் வகையிலான சமூக ஊடக காலவரிசை இதோ:

1960 - பிளாட்டோ கம்ப்யூட்டர் அமைப்பு

1969 - இணையத்திற்கான மூலம் அர்பாநெட்

1973 - கம்ப்யூட்டர் மெமரி சமூக ஊடகத்தின் துவக்கம் எனக் கருதப்படும் தகவல் பலகை சேவையின் முன்னோடி

1978 - பிபிஎஸ் எனும் தகவல் பலகை சேவை அறிமுகம்

1980 - பயனர் வலை எனும் யூஸ்நெட் அறிமுகம்.

1984 - தகவல் பலகைகளை இணைக்கும் பிடோநெட் எனும் வலை

1985 - இணைய சமூகங்களுக்கான முன்னோடி சேவை தி வெல்

1986 - இமெயில் குழுக்களுக்கு முன்னோடியான லிஸ்ட்சர்வ் அறிமுகம்

1988 - இணைய அரட்டையின் மூலமான ஐ.ஆர்.சி எனும் இண்டெர்நெட் ரிலே சாட் அறிமுகம். நவீன மெசேஜிங் சேவைகளுக்கான முன்னோடி வடிவம்

1991,93- இணையத்தைப் பொதுமக்கள் அணுகுவதை எளிதாக்கிய 'வைய விரிவு வலை' *(www)* அறிமுகம்

1994 - நவீன வலைப்பதிவு சேவைகளின் முன்னோடி வடிவமான இணைய நாட்குறிப்பு சேவைகள்

1994 - விக்கி மென்பொருள் அறிமுகம்

1997 - சொந்த இணையதளங்களை உருவாக்க வழிகாட்டிய ஜியோசிட்டீஸ்

1997 - நவீன சமூக வலைப்பின்னல் சேவைகளின் மூலம் சிக்ஸ்டிகிரீஸ்

2004 - புகைப்படப் பகிர்வுக்கான பிளிக்கர் அறிமுகம்

இது முழுமையான பட்டியல் அல்ல. சமூக ஊடகம் என்றாலே ஃபேஸ்புக், டிவிட்டர், யூடியூப் எனக் கருதப்படும் நிலையில், இவற்றுக்கு அடித்தளம் அமைத்த சேவைகளைப் புரிந்துகொள்ள வழிகாட்டும் சுருக்கமான பட்டியல்.

சமூக ஊடகம் என்றால் என்ன?

சமூக ஊடகம் என்பது பலவிதமான இணைய சேவைகளை குறிக்கும் குடை சொல். சமூக ஊடகத்திற்கான வரையறையும் பலவிதமாக அமைகிறது. சமூக ஊடகம் பலவிதமாகப் புரிந்து கொள்ளப்படுகிறது. எனினும் பயனர்களுக்கான ஊடகம் என இதைக் கருதலாம். சமூக ஊடக சேவைகள் பயனாளிகள் தங்களுக்குள் தொடர்பு கொள்ளவும், வலைப்பின்னல் தொடர்புகளை உருவாக்கிக் கொள்ளவும் வழிசெய்கின்றன.

தகவல்கள், எண்ணங்கள், தனிப்பட்ட செய்திகள் மற்றும் இதர உள்ளடக்கத்தை பகிர்வதன் மூலம் பயனாளிகள் இணைய சமூகங்களை உருவாக்கி கொள்ள வழி செய்யும் இணைய வழி சேவைகள் என்பது சமூக ஊடகத்திற்கான முறையான வரையறைகளில் ஒன்றாக அமைகிறது.

சமூக ஊடகப் பரப்பு என்பது பல வகையான சேவைகளை உள்ளடக்கியது. பரவலாக அறியப்பட்ட சமூக வலைப்பின்னல் தளங்கள் (ஃபேஸ்புக்) இவற்றின் ஒரு வகை. சமூக வலைப்பின்னல் தளங்கள் பயனாளிகளிடையே நட்புறவுப் பாலம் அமைப்பதை முக்கிய நோக்கமாகக் கொண்டவை. அறிமுகப் பகுதி, நண்பர்கள் பட்டியல், அந்தப் பட்டியலைப் பார்வையிடும் வசதி ஆகியவை சமூக வலைப்பின்னல் தளங்களின் ஆதார அம்சங்கள். சமூக ஊடகம் என சொல்லும்போது, பெரும்பாலும் ஃபேஸ்புக் போன்ற சேவைகள் என கொள்ளப்பட்டாலும், உண்மையில்

ஃபேஸ்புக் சமூக வலைப்பின்னல் சேவைக்கான உதாரணம். சமூக வலைப்பின்னல்கள் மட்டுமே சமூக ஊடகம் அல்ல. அவற்றின் ஓர் அங்கம்.

மேலும், வலைப்பதிவுகள், குறும்பதிவுகள், ஊடகப் பகிர்வு சேவைகள், விக்கி சார்ந்த தளங்கள், மெசேஜிங் சேவைகள், பாட்காஸ்ட் எனும் வலையொலி, ஸ்டிரீமிங், சமூக செய்தி தளங்கள் என பல சேவைகள் இதில் அங்கம் வகிக்கின்றன.

சமூக ஊடக சேவை என்பது ஒற்றை புள்ளியில் உருவாகாமல், பல்வேறு திசைகளில் கிளைப்பரப்பி வளர்ந்திருக்கிறது. இந்த சேவைகளின் ஆதார அம்சம், பயனாளிகள் தங்களுக்குள் தொடர்பு கொள்ள உதவி, இணைய சமூகங்களை உருவாக்க வழி செய்வது. சமூக ஊடக சேவைகள் பரவலாக அறிமுகமான பிறகே, இவற்றை குறிக்கும் சமூக ஊடகம் எனும் சொல் பழக்கத்திற்கு வந்தது. எனவே கருத்தாக்க அளவில் இவற்றின் தோற்றத்தையும், வளர்ச்சியையும் புரிந்து கொள்வது அவசியம்.

கல்வியியல் பின்னணியிலும், ஆய்வு நோக்கிலும் சமூக ஊடகம் எனும் கருத்தாக்கம் மிக ஆழமாக அலசி ஆராயப்பட்டு விரிவாக பதிவு செய்யப்பட்டுள்ள நிலையில், புரிதலுக்கு மிக சுருக்கமாக இந்த விளக்கம் அமைகிறது.

1. சமூக ஊடகம் துவங்கிய கம்ப்யூட்டர்!

முதல் சமூக ஊடக சேவை ஒரே ஒரு கம்ப்யூட்டரில் இருந்து துவங்கியது என்பது வியப்பை அளிக்கலாம். கம்ப்யூட்டர் மெமரி எனும் இந்தச் சேவை துவக்கப்பட்ட காலத்தில், கம்ப்யூட்டர் என்பது பொது பயன்பாட்டிற்கு வந்திருக்கவில்லை எனும் தகவலை மனதில் கொண்டால், இதில் வியப்பதற்கு ஒன்றும் இல்லை என்பதைப் புரிந்துகொள்ளலாம்.

சமூக ஊடகத்தின் துவக்கப்புள்ளி எனக் கருதப்படும் இந்தச் சேவை, 'சமூக ஞாபகம்' எனும் பொருள் தரும் வகையிலான பெயரை ஆங்கிலத்தில் கொண்டிருந்ததுதான் எத்தனை பொருத்தமானது. ஏனெனில், கம்ப்யூட்டரை சமூகமயமாக்கிய ஆரம்ப கால முயற்சிகளில் இதுவும் ஒன்றாகத் திகழ்கிறது.

சமூக ஊடக வரலாற்றில் மட்டும் அல்ல, இணைய வரலாற்றிலும் ஏன் கம்ப்யூட்டர் வரலாற்றிலும் கம்ப்யூட்டர் மெமரி சேவை முக்கியமானது என்பதைர் புரிந்துகொள்ள இந்தச் சேவை அறிமுகமான காலகட்டத்தை மனதில் கொள்ளவேண்டும்.

1973ம் ஆண்டு ஆக்ஸ்ட் மாதம் 8ம் தேதி கம்ப்யூட்டர் மெமரி அறிமுகமானது. அமெரிக்காவின் கலிபோர்னியாவில் உள்ள பெர்கிலியில் கம்ப்யூட்டர் மெமரியின் கம்ப்யூட்டர் அமைக்கப் பட்டது. உண்மையில், கலிபோர்னியாவில் இருந்தது கம்ப்யூட்டரின்

நுழைவு வாயில்தான், கம்ப்யூட்டர் சான்பிரான்சிஸ்கோ நகரில் இருந்தது. பெர்கிலியில் இருந்து அந்த கம்ப்யூட்டரை அணுகவும் இயக்கவும் முடிந்தது.

அந்தக் காலகட்டத்தில் இன்னமும் பர்சனல் கம்ப்யூட்டர்கள் அறிமுகம் ஆகியிருக்கவில்லை. மெயின்பிரேம் கம்ப்யூட்டர்களே பரவலாகப் பயன்படுத்தப்பட்டன. மெயின்பிரேமின் அடுத்த கட்ட வளர்ச்சியாக மைக்ரோ கம்ப்யூட்டர்கள் அறிமுகமாகி, பர்சனல் கம்ப்யூட்டர்கள் அறிமுகமாக இன்னும் சில ஆண்டுகள் இருந்தன.

கம்ப்யூட்டர் வரலாற்றின் மிகச் சுருக்கமான புரிதல் இது என்றாலும், இங்கு கவனிக்க வேண்டிய விஷயம், 1970 களின் துவக்கத்தில் கம்ப்யூட்டர் என்பது பொதுமக்கள் பயன்பாட்டிற்கு வந்திருக்கவில்லை என்பதுதான். சொல்லப்போனால், அந்தக் காலகட்டத்தில் கம்ப்யூட்டர்களைப் பொதுமக்கள் பயன்படுத்தக்கூடும் என்று நினைத்துப்பார்ப்பதே கூட இயல்புக்கு மாறானதாக இருந்தது. ஏனெனில், கம்ப்யூட்டர் என்பது அரசு அமைப்புகளாலும், மிகப் பெரிய தனியார் நிறுவனங்களாலும், ஆய்வு அமைப்புகளால் மட்டுமே பயன்படுத்தப்பட்டன. நிறுவனங்களே கூட சொந்தமாக மெயின்பிரேம் கம்ப்யூட்டரை வாங்கிப் பயன்படுத்துவதற்குச் செலவு அதிகமாகும் என்று, நேரப் பகிர்வு அடிப்படையில் கம்ப்யூட்டர் ஆற்றலைப் பயன்படுத்தி வந்தன.

இந்தச் சூழ்நிலையில்தான், லீ பெல்சன்ஸ்டீனும், அவரது சகாக்களும், கம்ப்யூட்டரை கடைத்தெருவுக்குக் கொண்டு வந்தனர். அதாவது பொதுமக்கள் பார்வையில் வைத்தனர்.

டைம் ஷேரிங் எனச் சொல்லப்படும் நேரப் பகிர்வு முறைதான் இன்றைய கிளவுட் கம்ப்யூட்டிங்கிற்கு முன்னோடி என்றாலும், அதைவிட முக்கியமாக கம்ப்யூட்டர் உலகின் முன்னோடிகளில் ஒருவரான டெட் நெல்சனைத்தான் இங்கு மனதில் கொள்ள வேண்டும். கம்ப்யூட்டர் மெமரி திட்டத்திற்கும் நெல்சனுக்கும் நேரடி தொடர்பு இல்லை என்றாலும், 1973இல் அவர் வெளியிட்ட கம்ப்யூட்டர் லிப் எனும் புத்தகம், ஆய்வுக் கூட இயந்திரமாக இருந்த கம்ப்யூட்டர்கள் மக்கள் பயன்பாட்டிற்கு வர வேண்டும் எனும் புரட்சிகரமான கருத்தை முன்வைத்தது.

வலையின் ஆதார அம்சமான ஹைபர்டெக்ஸ்ட் போன்ற கருத்தாக்கத்திற்கும் சொந்தக்காரர் நெல்சன் என்பதையும் இங்கு நினைவில் கொள்வது பொருத்தமானது. நெல்சனின் இந்தப் புத்தகம் அப்போது பிரபலமாக இருந்த பேச்சு சுதந்திரம் மற்றும் போர் எதிர்ப்பு உள்ளிட்ட அம்சங்களை மையமாகக் கொண்ட எதிர் கலாச்சார இயக்கத்தில் ஆர்வம் கொண்டிருந்தவர்களால் விரும்பி வாசிக்கப்பட்டு விவாதிக்கப்பட்டது.

கம்ப்யூட்டர்கள் மக்கள் பயன்பாட்டிற்கு வர வேண்டும் என நெல்சன் வாதிட்டார் என்றால், அதை நடைமுறைப்படுத்தும் செயலில் பெர்கிலி குழுவினர் ஈடுபட்டனர். பெர்கிலி குழுவினர் உலகின் முதல் சமூக ஊடக சேவையை உருவாக்குகிறோம் என்றெல்லாம் நினைக்கவில்லை. ஒரு சோதனை முயற்சியாகவே இதை மேற்கொண்டனர் என்றாலும், கம்ப்யூட்டரை சமூகமயமாக்க வேண்டும் என்பது அவர்கள் எண்ணமாக இருந்தது.

இந்த இடத்தில் கம்ப்யூட்டர் மெமரியின் பௌதீக அமைப்பைப் பார்க்கலாம். மூல கம்ப்யூட்டர் சான்பிரான்சிஸ்கோ நகரில் இருந்த நிலையில் பெர்கிலியில் அதை இயக்கக் கூடிய முனையமான டெலிடைப் எனும் இயந்திரம் இருந்தது. டெலிடைப் என்பதை தொலைவில் இருந்து இயக்கக் கூடிய டைப்ரைட்டர் எனப் புரிந்து கொள்ளலாம். தகவல் தொடர்புத் துறையில் பெரும் மாற்றத்தை கொண்டு வந்த முன்னோடி இயந்திரமான டெலிடைப் கம்ப்யூட்டர்களில் மானிட்டர் அல்லது திரை வசதி அறிமுகமாகும் வரை அவற்றை இயக்கும் இடைமுகமாகவும் பயன்பட்டன.

டெலிடைப்பில் தட்டச்சு செய்யும் கட்டளைகள் கொண்டு எங்கோ இருக்கும் மெயின்பிரேம் கம்ப்யூட்டரை இயக்கலாம். ஆக, பொது இடத்தில் வைக்கப்பட்ட இந்த இயந்திரம் வாயிலாக சாமானியர்கள் கம்ப்யூட்டரை இயக்கி பரஸ்பரம் தொடர்பு கொள்ள முடிந்தது.

இந்தத் திட்டம் ஒரு தனிமனித முயற்சியாக அல்லாமல், பலரின் கூட்டுமுயற்சியாக உருவானது. லீ பெல்சன்ஸ்டீன் *(Lee Felsenstein)* இதில் முக்கியப் பங்கு வகித்தார். *Efrem Lipkin, Ken Colstad, Jude Milhon, and Mark Szpakowski*,. உள்ளிட்டோர் அவருடன் இணைந்து செயல்பட்டனர்.

இளைஞரான பெல்சன்ஸ்டீன் இடதுசாரி சிந்தனை கொண்டிருந் தார். சுதந்திரப் பேச்சு இயக்கம், வியட்னாம் போர் எதிர்ப்பு ஆகியவற்றிலும் தீவிர ஆர்வம் கொண்டிருந்தவர், கம்ப்யூட்டர் தொழில்நுட்பத்திலும் ஈடுபாடும், தேர்ச்சியும் பெற்றிருந்தார். 1963இல் பெர்கிலி பல்கலையில் கூட்டுறவு பொறியியல் திட்டத்தில் சேர்ந்தவர், சில ஆண்டுகளில் பட்டப்படிப்பை முடிக்காமலே வெளியேறி ஆம்பெக்ஸ் நிறுவனத்தில் பொறியாளராகப் பணியாற்றினார். 1972இல் பெர்கிலி பல்கலையில் கம்ப்யூட்டர் அறிவியலில் பொறியியல் பட்டம் பெற்றார்.

போராட்ட அனுபவம், சமூக மாற்றத்திற்கு மக்களை இணைக்க கம்ப்யூட்டரைத் திறம்பட பயன்படுத்தலாம் என கற்றுக்கொடுத்திருந்தது. அதோடு தத்துவவாதி இவான் இலிச்சின் தாக்கமும் இருந்தது. இலிச் எழுதிய 'டிஸ்கூலிங் சொசைட்டி' எனும் புத்தகத்தில் பாரம்பரியப் பள்ளிக் கல்வி முறைக்கு மாற்றுக் கல்வி முறையை முன்வைத்தார். கற்றல் பரிமாற்றம் எனும் கருத்தாக்கத்தையும் அவர் வலியுறுத்தியிருந்தார். இதற்காக கம்ப்யூட்டரைப் பயன்படுத்தலாம் என்றும் அவர் குறிப்பிட்டிருந்தார்.

ஆனால், கம்ப்யூட்டர் வளர்ச்சியில் அரசு அமைப்புகளும், குறிப்பாக ராணுவமும், வர்த்தக நிறுவனங்கள், கல்வி அமைப்புகளுமே முக்கியப் பங்கு வகித்ததால், கம்ப்யூட்டர் மக்கள் பயன்பாட்டிற்கு உரியதாகக் கருதப்படவில்லை. அதற்கான தேவையையும் அவர்கள் உணரவில்லை. இந்தப் போக்கிற்கு விதிவிலக்கான அமைப்பாக 'ரிசோர்ஸ் ஒன்' அமைப்பு விளங்கியது.

திறன் பகிர்விற்கான லாப நோக்கு அற்ற அமைப்பான ரிசோர்ஸ் ஒன் கீழ் இயங்கிய பிராஜெக்ட் ஒன், தொழில்நுட்ப கம்யூன் போலச் செயல்பட்டது. கம்ப்யூட்டர் பயன்பாட்டைப் பரவலாக்க வேண்டும் எனும் நோக்கமும் கொண்டிருந்தது. பிராஜெக்ட் ஒன் திட்டத்துடன் இணைந்து 'கம்யூனிட்டி மெமரி' செயல்படுத்தப்பட்டது. இதற்குத் தேவையான மெயின்பிரேம் கம்ப்யூட்டரை இந்த அமைப்பு வழங்கியது.

இந்தத் திட்டத்திற்கான யோசனை இவான் இல்லிச் சிந்தனையின் தாக்கத்தால் தனக்கு உண்டானது என்று பெல்சன்ஸ்டீன் கூறியிருக்கிறார். மக்களுக்கான வலைப்பின்னல் தொடர்பை

ஏற்படுத்த தொழில்நுட்பத்தைப் பயன்படுத்துவதாக அந்த எண்ணம் அமைந்திருந்தது என்கிறார். இதற்கான ஊக்கமாக இன்னொரு உதாரணத்தையும் குறிப்பிட்டிருக்கிறார்.

1969இல், அமெரிக்காவில் மக்கள் பூங்கா எனும் யோசனை கட்டடக்கலை வல்லுனர்களால் முன்வைக்கப்பட்டது. இந்தப் பூங்காவின் வீடுகளில், உள்ளூர் சமூகத்தை வழிநடத்தக் கூடியவர்களின் வீட்டு முன் அறையை சமூக உறுப்பினர்களுக்காகத் திறந்து வைப்பது மற்றும் இந்த அறை தகவல் பரமாற்றத்திற்கான இடமாக இருக்கும் என்பதாகவும் அந்த எண்ணம் அமைந்திருந்தது.

இதே எண்ணத்தை பெர்கிலியின் எதிர்க் கலாச்சாரச் சூழலில் அறிமுகம் செய்வது என்றும், தகவல் பரிமாற்றத்திற்கான மேம்பட்ட தகவல் பலகையை இதில் உருவாக்கலாம் என்றும் நினைத்ததாக தெரிவித்திருக்கிறார். இவான் இல்லிச் கோட்பாட்டிற்கு ஏற்ப இதைச் சமூக மையங்கள் என்றும் அவர் குறிப்பிட்டிருக்கிறார்.

உள்ளூர் சமூக மக்கள் தங்களுக்குள் தகவல் பரிமாற்றம் செய்து கொள்ள கம்ப்யூட்டரைப் பயன்படுத்த வைப்பதே, இதன் முக்கிய நோக்கமாக இருந்தது. இந்த முனையத்தை மக்கள் மின்னணு தகவல் பலகை போல பயன்படுத்தும் நோக்கத்தோடு, பெர்கிலியில் இருந்த லியோபோல்டு எனும் இசைத்தட்டு நிறுவனக் கடை வாயிலில் கம்ப்யூட்டர் மெமரி முனையம் அமைக்கப்பட்டது.

பொதுவெளியில் கம்ப்யூட்டர் முனையம் அமைக்கப்பட்டதும், அதைப் பொதுமக்கள் இயக்க அனுமதிக்கப்பட்டதும் இதுவே முதல் முறையாகும். டெலிடைப் இயந்திரம் இயக்கும்போது, அதிக இரைச்சல் உண்டாகும் என்பதால் அதைக் குறைக்க ஒரு அட்டைப் பெட்டி போன்ற அமைப்பில் அதை வைத்திருந்தனர். குழுவின் உறுப்பினர்கள், அருகே அமர்ந்துகொண்டு கம்ப்யூட்டரைப் பயன்படுத்திப் பார்க்க வழிபோக்கர்களை அழைத்து ஊக்குவித்தனர்.

வரவேற்பு எப்படி இருக்குமோ எனும் சந்தேகத்தை மீறி, மக்கள் ஆர்வத்தோடு இந்த மையத்தைப் பயன்படுத்தினர். பெரும்பாலானோருக்கு கம்ப்யூட்டருடனான அவர்களின் முதல் தொடர்பாக அமைந்தது. குறிப்பிட்ட கட்டளைகளை வழங்கினால், இந்த முனையத்தில் தகவல்களைப் பகிரும் வசதி இருந்தது. இப்படிப் பகிரப்பட்ட தகவல்களை மற்றவர்கள் பார்க்கும், பதில் அளிக்கும் வசதியும் இருந்தது.

பென்சன்ஸ்டீன் குழு எதிர்பார்க்காத விதங்களில் எல்லாம் மக்கள் இந்த மையத்தைக் கருத்துப் பரிமாற்றத்திற்குப் பயன்படுத்திக்கொண்டனர். லியோபோல்டை மையமாக கொண்ட இசைக்கலைஞர்கள் தங்கள் நிகழ்ச்சி பற்றிய தகவல்களைப் பரிமாறிக்கொள்ள இந்த மையத்தைப் பயன்படுத்திக்கொண்டனர். வீட்டு வசதி, வேலைவாய்ப்பு, கார்கள், அரசியல் என எல்லாவற்றையும் பற்றி தகவல் பரிமாறிக்கொள்ளப்பட்டன. ஒருசிலர் இந்தத் தகவல் பலகையை வரி விளம்பரம் போலவும் பயன்படுத்திக்கொண்டனர். உள்ளூர் பேக்கரி உரிமையாளர் ஒருவர் தனது தொலைபேசி எண்ணை அளித்து இலவசமாக பீகில் செய்யும் வகுப்பு வழங்குவதாகத் தெரிவித்தார். இன்னொருவர் இங்குதான் எழுதக் கற்றுக்கொண்டதாக பின்னாளில் விமர்சகரான பின்னர் கூறியிருக்கிறார்.

ஆக, கம்ப்யூனிட்டி மெமரி பெர்கிலிவாசிகள் மத்தியில் மிகவும் பிரபலமானது. பொதுமக்களிடம் கம்ப்யூட்டர் கொடுத்தால் எப்படிப் பயன்படுத்திக்கொள்வார்கள் என்பதற்கான உதாரணமாகவும் அமைந்தது. அடுத்த இரண்டு ஆண்டுகள் இதே இடத்தில் இந்த மையம் செயல்பட்டது. 1975 ல் இரண்டாவது மையம் வேறு ஒரு இடத்தில் துவக்கப்பட்டது. இதற்குள் பிராஜெக்ட் ஒன்னிடம் இருந்து விலகி, தனியே செயல்படத்துவங்கியது. மெயின்பிரேம் கம்ப்யூட்டர்களுக்குப் பதிலாக மைக்ரோ கம்ப்யூட்டர்கள் பயன்படுத்தப்பட்டன.

பெர்கிலியில் இருந்த வோல் எர்த் மையத்தில் இரண்டாவது மையமும், சான்பிரான்சிஸ்கோ பொது நூலகத்தில் இன்னொரு மையமும் அமைக்கப்பட்டது. வோல் எர்த் கேடலாக் *(Whole Earth catalog)* சார்பில் பின்னர் வெல் எனும் மைல்கல் இணைய சமூகம் துவக்கப்பட்ட போதும் அதில் பெல்சன்ஸ்டீன் முக்கிய பங்கு வகித்தார்.

1977இல் இந்தத் திட்டம் லாப நோக்கில்லா அமைப்பாகப் பதிவு செய்யப்பட்டு, தெருவிழாக்கள், சந்திப்புகள், பொது இடங்கள் போன்றவற்றில் புதிய மையங்களை அமைத்தது. ஆக இந்தத் திட்டம் ஒரு வலைப்பின்னலாக உருவானது. இதனிடையே பர்சனல் கம்ப்யூட்டர்கள் பிரபலமாகி, இணைய தகவல் பலகைகள் போன்ற சேவைகளும் அறிமுகமாயின. (பர்சனல்

கம்ப்யூட்டர் உருவாக்கத்திலும் பெல்சன்ஸ்டீன் முக்கியப் பங்கு வகித்தார்.) இவற்றுக்கு மத்தியில் கம்ப்யூட்டர் மெமரி மெல்லத் தேயத்துவங்கினாலும், கம்ப்யூட்டர் மூலம் மக்களின் கருத்துப் பரிமாற்றத்திற்கு வழிவகுத்த முன்னோடி திட்டமாக அறியப்படுகிறது.

சமூக ஊடகம் எனும் சொல்லும், கருத்தாக்கமும் அறிமுகமாவதற்குப் பல ஆண்டுகளுக்கு முன்னரே இந்தச் சமூக ஊடகம் உருவானது குறிப்பிடத்தக்கது.

2. தகவல் பலகை சேவை

கம்யூனிட்டி மெமரி சேவையை சமூக ஊடகத்தின் துவக்கப் புள்ளியாகக் கருத காரணம், அது பொதுமக்கள் பயன்பாட்டிற்கு வந்த முதல் கம்ப்யூட்டர் தகவல் பலகை சேவை என்பதால் தான். ஆங்கிலத்தில் 'பி.பி.எஸ்' என குறிப்பிடப்படும் தகவல் பலகை அமைப்பு *(Bulletin Board System- "BBS")* நாம் அறிந்த வகையிலான சமூக ஊடக சேவைகளின் ஆரம்ப கால வடிவமாகக் கருதப்படுகிறது.

கம்ப்யூட்டர் தகவல் பலகை எனப் புரிந்துகொள்ளக்கூடிய பிபிஎஸ் சேவை 1978இல் அறிமுகமானது. தகவல் பலகை சேவை சாமானிய மக்கள் கம்ப்யூட்டர் வாயிலாகத் தகவல்தொடர்புகொள்ள வழிசெய்ததோடு, தங்களுக்கான சிறிய ஆன்லைன் சமூகத்தையும் உருவாக்கிக்கொள்ள உதவியது.

இங்கு முக்கியமாகக் கவனிக்க வேண்டிய அம்சம், தகவல் பலகை சேவை இணையத்தைச் சாராமல் தனியே உருவாகி வளர்ந்தது என்பதுதான். ஆம், இணையம் எனும் வலைப்பின்னல் வெகுமக்கள் பயன்பாட்டிற்கு வருவதற்கு முன்னரே, ஆன்லைன் தகவல் பரிமாற்றத்தை, மக்களுக்கு தகவல் பலகை சாத்தியமாக்கியது. 1980 களிலும், 1990 களிலும் தகவல் பலகை சேவையே ஆன்லைன் பயன்பாட்டிற்கான முக்கிய வழியாக இருந்தது. அந்தத் தலைமுறையைச் சார்ந்த பலரும் தகவல் பலகைகள் வாயிலாகத் தான் ஆன்லைன் உலகிற்குள் நுழைந்தனர். அந்த வகையில் இணையம் சார்ந்து உருவான சமூக வலைப்பின்னல் சேவைகளுக்கும் தகவல் பலகையே முன்னோடியாகிறது.

வழக்கமாகச் சொல்லப்படும் இணைய வரலாறுகளில், தகவல் பலகை அமைப்பு என்பது பொதுவாகவே விடுபட்டுப்போகிறது. 1969இல் அர்பாநெட் அமெரிக்காவில் ராணுவ ஆய்வு வலைப்பின்னலாக உருவாகி வளர்ந்தது, பின்னர் இமெயில் உருவானது, டொமைன் பெயர் முறை வந்தது, 1989இல் வலை அறிமுகமானது, அதன் பிறகு 1990 களில் இணையம் வலை வடிவில் பொதுமக்கள் மத்தியில் பிரபலமாகி கோடிக்கணக்கான இணையதளங்களாக வளர்ந்தது என இணைய வரலாறு பெரும்பாலும் சொல்லப்படுகிறது.

வலை அறிமுகமான பிறகே சமூக வலைப்பின்னல் தளங்களும், இன்னும் பிற சமூக ஊடக சேவைகளும் அறிமுகமானதாகக் கருதப்படுகிறது. எனினும், சமூக ஊடகத்தின் முன் வரலாறு என்று சொல்லக்கூடிய வகையில், வலைக்கு முன்பாக, இணையம் சாராமல் உருவான தகவல் பலகை உள்ளிட்ட சேவைகளே நவீன சமூக ஊடக சேவைகளுக்கு முன்னோடியாக விளங்குகின்றன. அது மட்டும் அல்ல, சமூக ஊடகத்தின் ஆதார அம்சங்கள் பலவற்றை இந்தச் சேவைகளில் காணலாம்.

உதாரணமாக, தகவல் பரிமாற்ற வசதி, கோப்புகள் தரவிறக்கம், குழு விவாதம், உறுப்பினர்கள் சார்ந்த இணைய சமூக உருவாக்கம், சுய விளம்பரம், ஆதரவு திரட்டல் என பலவற்றைத் தகவல் பலகை அமைப்பு சாத்தியமாக்கியது. 1970 களின் இறுதியில் இவை எல்லாம் சாத்தியமானது என்பது வியப்பை அளிக்கலாம்.

கம்ப்யூட்டர் ஆர்வம் கொண்ட இரண்டு இளைஞர்கள் மனதில் உண்டான எளிய எண்ணமே, இந்த அற்புதங்களை எல்லாம் சாத்தியமாக்கியது. இந்த இளைஞர்கள் தகவல் பலகை அமைப்புச் சேவையை உருவாக்கிய கதையைப் பார்க்கலாம். கம்ப்யூட்டர் தகவல் பலகை அமைப்பு உருவான விதத்தைப் புரிந்துகொள்ள, உங்கள் காதுகளில் அந்தக் காலத்து ஒலி கேட்கவேண்டும். கம்ப்யூட்டரைத் தொலைபேசியுடன் இணைக்கும் ஆற்றல் கொண்ட 'மோடம்' எனும் சாதனத்தின் ஒலி!

தொலைபேசி மூலம் கம்ப்யூட்டர் சார்ந்த சேவையை அணுக வேண்டும் எனில், வெவ்வேறு மொழி பேசும் இரண்டு சாதனங்களுக்கு இடையே ஒரு புரிதல் ஏற்பட வேண்டும். தொலைபேசி அனலாக் எனும் உவம இலக்கங்களால்

செயல்பட்டது எனில் கம்ப்யூட்டர்கள் டிஜிட்டல் எனும் எண்ம இலக்கங்களால் செயல்பட்டது. அனலாக் தகவல்களை டிஜிட்டல் வடிவில் மாற்றும் சாதனமாக மோடம் அறிமுகமானது.

தொலைபேசி இணைப்பை நாடும்போது மோடம் எழுப்பும் ஒலி, இன்னிசை என்று சொல்ல முடியாது என்றாலும், இணைப்பை சாத்தியமாக்கிய ரீங்காரமாக அமைந்தது. இந்த வகை இணைப்புகள் 'டயல் அப்' என குறிப்பிடப்பட்டன.

அதே போல, *1970* களில், பர்சனல் கம்ப்யூட்டர்களுக்கு முன்னோட்டமாக மைக்ரோ கம்ப்யூட்டர்கள் அறிமுகமாகத் துவங்கியிருந்தன. மெயின்பிரேம் கம்ப்யூட்டர்களை விட அளவிலும் ஆற்றலிலும் சிறியதாக இருந்த மைக்ரோ கம்ப்யூட்டர்களைத் தனிமனிதர்கள் வாங்கிப் பயன்படுத்துவது சாத்தியமானது. என்ன இவற்றின் விலை அதிகம் என்பதோடு, அவற்றை ஒருங்கிணைக்கவும், இயக்கவும் தெரிந்திருக்க வேண்டும். சொந்தமாக நிரல்களை உருவாக்கவும் தெரிந்திருக்க வேண்டும்.

சொந்த கம்ப்யூட்டர்களை இயக்கும் திறன் கொண்ட ஆர்வலர்கள் தங்களுக்குள் தொடர்பு ஏற்படுத்திக்கொள்ளும் வகையில் குழுக்களையும் அமைத்துக்கொண்டனர். இப்படி அமெரிக்காவின் சிக்காகோ நகரில் இயங்கிய கம்ப்யூட்டர் குழுவில் *(Chicago Area Computer Hobbyist Exchange (CACHE))* தான், வார்ட் கிரிஸ்டின்சன் மற்றும் ராண்டி சுயஸ் *(Ward Christensen, Randy Suess)* உறுப்பினர்களாக இருந்தனர். விஸ்கான்சினில் பிறந்து வளர்ந்த கிரிஸ்டின்சன் ஐபிஎம் நிறுவனத்தில் வேலை பார்த்து வந்தார். கம்ப்யூட்டர் நிரல்களை உருவாக்குவதில் ஆர்வமும், தேர்ச்சியும் பெற்றிருந்தார். தகவல் சேமிப்பு, பரிமாற்றத்திற்கான பிளாப்பி டிஸ்க் இன்னமும் புழக்கத்திற்கு வராத நிலையில், பாடல் கேசட்டிலேயே நிரல்களை எழுதும் திறன் பெற்றிருந்தார்.

சிக்காகோ கம்ப்யூட்டர் குழுவினருக்காகச் செய்தி மடல் ஒன்றும் நடத்தப்பட்டு வந்தது. சொந்தமாக கம்ப்யூட்டரை இயக்குவதற்கான வழிகாட்டுதல்கள், நிரல்கள், மென்பொருள்கள் உள்ளிட்ட கட்டுரைகள் அதில் இடம்பெற்றன. இவற்றில் பழைய செய்தி மடல்களை உறுப்பினர்கள் அணுகுவதை எளிதாக்க என்ன வழி என யோசித்துக்கொண்டிருந்தபோதுதான், கிரிஸ்டின்சனும், சுயசும் கம்ப்யூட்டரில் பதிவேற்றிடலாமே எனும் எண்ணம் கொண்டனர்.

கிரிஸ்டின்சனுக்கு தனது பகுதியில் இயங்கிய தகவல் பலகை சேவை மீது ஈர்ப்பு இருந்தது. புதிய தகவல்களைத் தெரிந்துகொள்ளவும், தகவல்களைப் பகிரவும் வழிசெய்த இந்தப் பலகையின் அதே தன்மையை கம்ப்யூட்டரில் கொண்டு வர விரும்பினார். 1978ஆம் ஆண்டு ஜனவரி மாதத்தில் இந்த யோசனையைத் தீவிரமாக அசைபோட்டுக்கொண்டிருந்த நிலையில், காலம் இதைச் செயல்படுத்த வழிகாட்டியது.

அந்த ஜனவரியில் சிக்காகோ நகரில் பெரும் பனிப் பொழிவு பெய்து அனைவரையும் வீட்டிலேயே முடக்கியது. இதை வாய்ப்பாக எடுத்துக்கொண்டு கிரிஸ்டின்சனும், சுயசும் தகவல் பலகை எண்ணத்திற்குச் செயல்வடிவம் கொடுக்கும் முயற்சியில் ஈடுபட்டனர். கிரிஸ்டன்சனிடம் எஸ்-100 மைக்ரோ கம்ப்யூட்டர் ஒன்று கூடுதலாக இருந்தது. ஒரு மோடத்தையும், தொலைபேசி இணைப்பையும் தயார் செய்தனர். கம்ப்யூட்டரில் தகவல் பலகையை அமைப்பதற்கான நிரலை கிரிஸ்டின்சன் எழுதினார். சொற்ப சேமிப்பு கொண்டு கேசட்டில் அது இயங்கியது.

எல்லாம் சரியாக, பிப்ரவரி மாதம், உலகின் முதல் கம்ப்யூட்டர் தகவல் பலகை சேவை சிக்காகோ கம்ப்யூட்டர் ஆர்வலர்கள் குழுவினருக்காக அறிமுகமானது. இந்த கம்ப்யூட்டர் பலகையை ஒரு நேரத்தில் ஒருவர் மட்டுமே அணுக முடியும். கம்ப்யூட்டர் பலகையைத் தொலைபேசி இணைப்பு கொண்டு தட்டி நுழைபவர்கள் ஏற்கனவே உள்ள செய்தியைப் பார்ப்பதோடு, மற்றவர்களுக்காக புதிய செய்தியை விட்டுச்செல்ல முடியும். நேரில் சந்திக்கும் தேவை இல்லாமலேயே தகவல் பரிமாற்றத்திற்கு இது வழிசெய்தது. குழு உறுப்பினர்கள் தகவல் அறியவும், உரையாடி விவாதிக்கவும் ஏற்ற இடமாக இந்தத் தகவல் பலகை சேவை அமைந்தது. இதன் காரணமாகவே உறுப்பினர்கள் மத்தியில் பிரபலமானது. தொலைபேசிப் கட்டணத்தைர் பொருட்படுத்தாமல் பலரும் இந்தச் சேவையை ஆர்வத்தோடு பயன்படுத்தினர்.

இந்தப் பலகையில் வரி வடிவில் மட்டுமே தகவல்களைப் பரிமாற முடிந்தது. இதையும் உறுப்பினர்கள் பொருட்படுத்தவில்லை. கம்ப்யூட்டர் இணைப்பு மூலம் தகவல் தொடர்புகொள்வதும், ஒருவித மெய்நிகர் நட்பை உருவாக்கிக் கொள்வதும் ஈர்ப்புடையதாக அமைந்தது. நூற்றுக்கணக்கான உறுப்பினர்கள் இந்தச் சேவையை

பயன்படுத்தினர். இணையத்தில் பின்னர் பிரபலமான செய்தி பலகைகள் மற்றும் விவாதக் குழுக்கள் சேவைக்கு இந்தத் தகவல் பலகையே முன்னோடி.

இந்தக் காலகட்டத்தில் இணையம் எனும் வலைப்பின்னல் உருவாகியிருந்ததே தவிர, பொதுமக்களுக்கு அறிமுகம் ஆகியிருக்கவில்லை. ராணுவ நோக்கிலும், ஆய்வு நோக்கிலும் மட்டுமே இணையம் பயன்படுத்தப்பட்டு வந்தது. இணையத்தில் தகவல்களைப் பரிமாறிக்கொள்ள அறிமுகம் ஆகியிருந்த மின்னஞ்சல் வசதியும்கூட, இணையத்தை அணுகுபவர்களுக்கு மட்டுமே சாத்தியமானது. மேலும், இணைய வரலாற்றில் திரும்பிப் பார்க்கையில் 1970 களின் பிற்பகுதியில், இணையம் அதன் வளர்ச்சி நிலையிலேயே இருந்ததை உணரலாம்.

இந்தப் பின்னணியில், சிக்காகோ தகவல் பலகை, கம்ப்யூட்டர் தகவல் சேவையைத் தொலைபேசி வாயிலாக அணுக வழிசெய்தது. பலருக்கும் ஆன்லைன் அனுபவம் இணையத்திற்கு வெளியே நிகழ்ந்தது.

இதனிடையே, தகவல் பலகை சேவைக்குக் கிடைத்த வரவேற்பை அடுத்து, மேலும் பலரும் இதேபோன்ற சேவையைக் கோரியதால், கிரிஸ்டின்சன், சயசுடன் இணைந்து, அப்போது பிரபலமாக இருந்த கம்ப்யூட்டர் பத்திரிகை பைட் நவம்பர் மாத இதழில், கம்ப்யூட்டர் தகவல் பலகை சேவையை விவரித்து விரிவான கட்டுரை எழுதினார். கம்ப்யூட்டர் ஆர்வலர் தகவல் பலகை என்பது, சோதனையாளர்கள் மத்தியிலான செய்தி பரிமாற்றத்திற்கான பர்சனல் கம்ப்யூட்டர் சார்ந்த சேவை எனும் அறிமுகத்துடன் துவங்கிய கட்டுரையில், இந்த சேவை உருவான விதத்தைக் குறிப்பிட்டதோடு, இதற்குத் தேவையான வன்பொருள், மென்பொருள் குறித்தும் விரிவாக விவரித்திருந்தார்.

விருப்பம் உள்ளவர்கள் இதேபோன்ற தகவல் பலகையைத் தாங்களும் உருவாக்கிக் கொள்ளலாம் எனத்தூண்டும் வகையிலும் கட்டுரை அமைந்திருந்தது. அதற்கான வழிகாட்டுதலையும் கொண்டிருந்தது. இந்த கட்டுரை பெரும் தாக்கத்தை ஏற்படுத்தியது. இதன் விளைவாக அமெரிக்காவின் மற்ற பகுதிகளிலும் பலரும் கம்ப்யூட்டர் தகவல் பலகை சேவையை உருவாக்கினர். ஐரோப்பாவிலும் இத்தகைய முயற்சி மேற்கொள்ளப்பட்டது.

அடுத்த சில ஆண்டுகளில் அமெரிக்காவிலும், உலகின் மற்ற சில நாடுகளிலும், ஆயிரக்கணக்கான கம்ப்யூட்டர் தகவல் பலகை சேவைகள் அறிமுகம் ஆயின. தகவல் பலகை சேவையை மேம்படுத்தும் வேறு மென்பொருள்களும் அறிமுகமாயின. தகவல் பலகைகளை இயக்கியவர்கள், சிஸ்டம் இயக்குனர்கள் என அழைக்கப்பட்டனர். அவரவர் ஆர்வத்திற்கு ஏற்ப பலவிதமான தலைப்புகளின் கீழ் பிரத்யேக பலகைகள் உருவாயின. ஒரு சில வர்த்தக அம்சம் கொண்டிருந்தன. மற்றவை பெரும்பாலும் ஆர்வத்தை அடிப்படையாகக் கொண்டிருந்தன.

கம்ப்யூட்டர் ஆர்வம் கொண்டவர்கள் கம்ப்யூட்டர் சார்ந்த தகவல் பலகையை நாடினர் என்றால், வரலாற்று ஆர்வம் கொண்டவர்களுக்கும், திரைப்படம், இசை ஆர்வம் கொண்டவர்களுக்கும் அவற்றுக்கான தகவல் பலகை இயங்கின. தகவல் பலகையை நடத்தியவர்கள் அதில் பெருமிதம் கொண்டனர். உறுப்பினர்களோடு அவர்கள் நெருங்கிய தொடர்பு கொண்டிருந்தனர். பல நேரங்களில் கம்ப்யூட்டருக்கு வெளியே நிஜ உலகிலும் இந்த நட்பு வலுவானது. தகவல் பலகை உறுப்பினர்கள் அவ்வப்போது நேரிலும் சந்தித்துக்கொண்டனர். இது நிச்சயம் அந்தக் காலத்தில் புதுமையாக இருந்திருக்கும். அதோடு, நிஜ உலக நட்பை உண்டாக்கும் அல்லது வலுவாக்கும் வலைப்பின்னலின் ஆற்றலையும் உணர்த்தியிருக்கும். ஆனால், இவை அனைத்தும் உள்ளூர் அல்லது பேட்டை சார்ந்ததாக இருந்தது. ஏனெனில் தகவல் பலகையை அணுக தொலைபேசி சேவை தேவை என்பதால், உள்ளூர் அடிப்படையிலேயே இதைப் பயன்படுத்தினர். வேறிடத்தில் உள்ள பலகையை அணுக வேண்டும் எனில் தொலைதூர தொலைபேசிக் கட்டணம் அதிகமாகச் செலுத்தவேண்டும்.

தொலைபேசிக் கட்டணம் செலுத்த வேண்டும், தொலைபேசி இணைப்பு வழியே தகவல்களைப் பெறுவது மெதுவாகவே நிகழும் என்பதை எல்லாம் மீறி, தகவல் பலகை அமைப்பு வசதி பயனாளிகளிடம் ஈர்ப்பை உண்டாக்கியது. சக மனிதர்களோடு தகவல் தொடர்புகொள்ளும் வசதியும், அதன் மூலம் ஆர்வத்தின் அடிப்படையிலான விஷயங்களைப் பகிர்ந்துகொண்டு நட்புறவை வளர்த்திக்கொள்ள இந்தச் சேவை வழிசெய்ததே இதற்குக் காரணம்.

3. ஆதி வலை அல்லது – ஃபிடோநெட்

அமைதி வலை, சூழல் வலை, இந்திய வலை, லத்தீனிய வலை!

இவை எல்லாம் என்ன என்று தெரிகிறதா? இணையத்திற்கு வெளியே உருவாகிச் செழித்து வளர்ந்த, பலரும் அறியாத இணையங்கள் இவை. அதாவது வலைப்பின்னல்கள். இவற்றுக்கு ஆதாரமாக அமைந்த சேவைதான், சமூக வலைப்பின்னல் தளங்களுக்கும், சமூக ஊடகங்களுக்கும் அடித்தளமாக அமைகிறது.

தகவல் பலகை அமைப்புகளின் அடுத்த கட்டமாக, இந்தப் பலகைகள் இணைக்கப்பட்டதால் உருவெடுத்த ஆதிவலையின் வளர்ச்சியாக இவை அமைகின்றன.

தகவல் பலகை சேவைகள், தனிமனிதர்கள் தங்களுக்குள் தொடர்பு கொள்ள வழிசெய்தாலும், அவை உள்ளூர் எனும் வரம்பிற்குள் செயல்பட்டதைப் பார்த்தோம். வேறொரு நகரில் இருந்த தகவல் பலகையைத் தொடர்புகொள்ளும் வசதி இருந்தாலும், அதற்கான தொலைபேசிக் கட்டணம் பெரும் தடையாக இருந்தது.

இந்நிலையில், தகவல் பலகை அமைப்பு சேவையின் அடுத்த அலை 1980 களின் துவக்கத்தில் இருந்து வீசத்துவங்கியது. தனிநபர் பயன்பாட்டிற்கான பர்சனல் கம்ப்யூட்டர்களின் வளர்ச்சி இதற்கு அடிப்படையாக அமைந்தது. 1981ஆம் ஆண்டு ஐபிஎம் நிறுவனம் தரப்பில் இருந்து பர்சனல் கம்ப்யூட்டர் அறிமுகமானது. பின்னாளில் கம்ப்யூட்டர் கோடீஸ்வரராக உருவாக இருந்த பில்கேட்ஸ் தனது சகா பால் ஆலனுடன் இணைந்து உருவாக்கிய

மைக்ரோசாஃப்ட் எனும் புதிய நிறுவனத்தின் 'எம்.எஸ்.டாஸ்' இயங்குதளம் கொண்டு ஐபிஎம் பர்சனல் கம்ப்யூட்டர் இயங்கியது.

பில்கேட்சை இங்கு குறிப்பிட இன்னொரு முக்கிய காரணமும் இருக்கிறது. கேட்ஸ் தனது மென்பொருளின் உரிமையைத் தன்னிடமே வைத்துக்கொண்டார். பலரும் கம்ப்யூட்டர்களைப் பயன்படுத்தத் துவங்கிய நிலையில், பெரும்பாலான கம்ப்யூட்டர்கள் அவரது மென்பொருளில் இயங்கின. இந்தப் போக்கு பின்னர் வந்த விண்டோஸ் இயங்குதளத்தில் இன்னும் விரிவடையவே மைக்ரோசாஃப்ட் வர்த்தக நோக்கில் பெரும் வெற்றி பெற்றது. கம்ப்யூட்டர் உலகில் ஆதிக்கம் செலுத்த வைத்தது.

இதற்கு முற்றிலும் மாறாக, தகவல் பலகை அமைப்பிற்கான முதல் மென்பொருளை உருவாக்கிய கிரிஸ்டன்சன் அதைத் தனது கைக்குள் வைத்துக்கொள்ள நினைக்காமல், உலகுடன் வெளிப்படையாகத் பகிர்ந்துகொண்டார். அதன் மூலம் அவர் வணிக நோக்கில் பலன் பெற நினைக்கவில்லை. கம்ப்யூட்டர் பயன்பாட்டையும், அதன் மூலமான தகவல் பலகை அமைப்பையும் அவர் ஒரு ஆர்வமாக பார்த்தது இதற்கான முக்கிய காரணமாக இருக்கலாம். அதே எண்ணத்துடன், மற்ற ஆர்வலர்களும் தங்களுக்கான தகவல் பலகைகளை அமைத்துக்கொள்ள விரும்பினார். அவரது 'பைட்' இதழ் கட்டுரை அதற்காக வழிகாட்டியது.

சொந்தமாக ஒரு கம்யூட்டர், அதோடு தொலைபேசி வசதி மற்றும் நவீன மோடம் இருந்தால் போதும், யாரும், எவரும் தகவல் பலகை அமைப்பை துவக்குவது சாத்தியமானது. கம்ப்யூட்டரும், மோடம் - தொலைபேசி இணைப்பும் கொண்டவர்கள், தங்களுக்கு ஆர்வம் உள்ள தகவல் பலகை சேவையில் இணைந்து கொள்ளும் வாய்ப்பு உண்டானது. இந்த ஆர்வத்திற்கேற்ப, மேலும் பலவித தகவல் பலகை மென்பொருள்கள் அறிமுகமாகி, அவற்றின் வசதிகளும் மேம்பட்டன.

ஆரம்பகால தகவல் பலகைகள் பலவித வரம்புகளைக் கொண்டிருந் தன. அவற்றில் முக்கியமானது, இவை அனைத்தும் தனித்தனி தீவுகளாக இயங்கிக் கொண்டிருந்ததுதான். இந்த நிலையை மாற்றி தகவல் பலகைகள் ஒன்றுக்கு ஒன்று தொடர்புகொள்ளும் பிடோநெட் *(FidoNet)* படிமுறையை அமெரிக்க கம்ப்யூட்டர் புரோகிராமர் டாம் ஜென்னிங்ஸ் *(Tom Jennings)* அறிமுகம்

செய்தார். 1984 ஜூன் மாதம் பிடோவலை அறிமுகமானது. தகவல் பலகைகளை இணைத்து வலைப்பின்னலை உருவாக்கும் நீட்சியான பிடோவலைக்கான மூல மென்பொருளை ஜென்னிங்ஸ் எந்தப் பெரிய திட்டமிடலும் இல்லாமல் விளையாட்டு நோக்கில் உருவாக்கினார் என்பது வியப்பானது. 1983 கிறிஸ்துமஸ் காலத்தில் சான்பிரான்சிஸ்கோ நகரில் சொந்தமாக தகவல் பலகையை சேவையை உருவாக்க திட்டமிட்டார்.

அதன் தொடர்ச்சியாக, சில மாதங்களுக்குப் பின், பால்டிமோர் நகரில் இருந்த நண்பர் ஜான் மாடில் உருவாக்க முயன்று கொண்டிருந்த தகவல் பலகை அமைப்புடன் தனது சேவையை இணைக்க முடியுமா என முயற்சித்துப் பார்த்தார்.

இரு தகவல் பலகைகளை இணைக்க முடியுமா எனும் எண்ணத்தை சோதித்துப்பார்க்கும் முயற்சியின் பலனாக உருவானதுதான் பிடோநெட் படிமுறை மென்பொருள். இதையடுத்து மற்ற பலகைகளையும் இணைக்கத்துவங்கினர். அதிக எண்ணிக்கையில் பலகைகள் இணைந்ததை அடுத்து அதற்கேற்ப படிமுறை மென்பொருள் மேம்படுத்தப்பட்டது. தகவல் பலகைகள் ஒவ்வொன்றும் தனித்தனி முனைகளாகக் கருதப்பட்டன. அவற்றை இணைக்கும் மையமற்ற வலையாக பிடோவலை வளர்ந்தது. இந்த வலைப்பின்னலுக்கான பொதுவான நெறிமுறைகளையும் ஜென்னிங்ஸ் உருவாக்கி உறுப்பினர்களுடன் பகிர்ந்துகொண்டார். உறுப்பினர்களுக்கு வலையின் நிகழ்வுகளையும், தகவல்களையும் பகிர்ந்துகொள்ளும் செய்திமடல் சேவையும் உருவானது. எல்லாவற்றையும் பிடோவலையில் அணுகுவது சாத்தியமானது. பிடோவலை என்பது இரு தகவல் பலகைகளுக்கு இடையிலான தகவல் பரிமாற்றத்தை சாத்தியமாக்கியதால், இமெயில் பரிமாற்ற வசதியும் அறிமுகமானது.

இடைப்பட்ட காலத்தில் தகவல் பலகைகளுக்கான வசதிகளும் மேம்பட்டிருந்தன. வெறும் வரி வடிவ தகவல் பரிமாற்றம் மட்டும் அல்லாமல், அமெரிக்கக் குறியீடு முறை சார்ந்து கலைப் படைப்புகளைப் பரிமாறிக்கொள்ளும் வசதி அறிமுகமானது. மெல்ல வரைகலைக்கான மென்பொருள் வசதியும் அறிமுகமானது. இதனிடையே தகவல் பலகைகளில், மென்பொருள் பதிவேற்றம் மற்றும் தரவிறக்கம் செய்யும் வழக்கமும் அறிமுகமானது.

தகவல் பலகைகள் சார்ந்த துடிப்பான குழுக்களை இணைக்கும் வகையில் அமைந்த பிடோநெட் அடுத்த கட்ட பாய்ச்சலாக அமைந்தது. அமெரிக்க நகரங்களில் உருவான ஆயிரக்கணக்கான தகவல் பலகை அமைப்புகள் மட்டும் அல்லாது, ஐரோப்பா, ஆசியா மற்றும் ஆப்பிரிக்க நாடுகளின் தகவல் பலகைகளும் இதில் இணைந்தன. எங்கெல்லாமோ சிதறிக்கிடந்த ஒத்த கருத்துள்ளவர்கள் தங்களுக்குள் தொடர்புகொண்டு இணைய குழுவாக இணைந்து செயல்பட முடிந்தது.

ஒரு பக்கம் பொழுதுபோக்கு சார்ந்த குழுக்கள் இயங்கினாலும், இன்னொரு பக்கம் கொள்கை சார்ந்தவர்கள் இணைந்து செயல்பட்டனர். சுற்றுச்சூழல் விஷயங்களில் அக்கறை கொண்டவர்கள் தங்களுக்குள் தொடர்புகொள்ள இகோநெட் வலையை உருவாக்கிக் கொண்டனர். இந்தக் கால கட்டத்தில் உலகை உலுக்கத் துவங்கியிருந்த எய்ட்ஸ் பிரச்சனை தொடர்பான மருத்துவ தகவல்கள் வலையில் பகிரப்பட்டன. ஆப்பிரிக்காவைச் சேர்ந்த தொழில்நுட்ப ஆர்வலர்கள் ஆப்ரோநெட் உருவாக்கினார். அமைதி வலை என அறியப்படும் அமைதிக்கான பீஸ்நெட் உருவானது. அமெரிக்க இந்தியர்கள், லத்தீன் அமெரிக்க சமூகத்திற்கான வலை என பிடோநெட் துடிப்பான சமூக வலையாக இயங்கியது. பிடொநெட் சார்ந்த கலாச்சாரமும் உருவானது.

இந்தப் போக்கின் விளைவாக அல்லது இந்தப் போக்கிற்கு வலு சேர்க்கும் வகையில், தகவல் பலகைகள் பரப்பு தொடர்பான செய்திகளை வெளியிடுவதற்கு என்றே, ‘போர்ட்வாட்ச்’ உள்ளிட்ட பத்திரிகைகள் வெளியாயின. கம்ப்யூட்டர் மற்றும் தொழில்நுட்பம் சார்ந்த முன்னணி பத்திரிகைகளுடன் போட்டி போட்டுக்கொண்டு இவை ஆயிரக்கணக்கில் விற்பனை ஆயின. இதன் காரணமாக, தகவல் பலகை சேவைகள், பிடோநெட் வலை மீதான ஆர்வமும் அதிகரித்தது. பிடோநெட் அமைப்பிற்கு என்றே பிரத்யேகச் செய்தி மடல் சேவையும் இருந்தது.

1980 களின் பிற்பகுதியிலும், 1990 களின் துவக்கத்திலும் தகவல் பலகைகளும், பிடோநெட்டும் உச்சத்தில் இருந்தன. எனினும், 1991இல் வைய விரிவு வலை அறிமுகமான பிறகு, தகவல் பலகைகளின் செல்வாக்கு சரியத்துவங்கியது.

4. ஏழைகளின் இணையம் 'யூஸ்நெட்'

கம்ப்யூட்டர் உலகின் முதல் தகவல் பலகை சேவை அறிமுகமான ஓராண்டுக்குப் பின், நவீன சமூக ஊடகங்களின் மற்றொரு முன்னோடி சேவை என கருதப்படும் யூஸ்நெட் எனும் பயனர் வலை அறிமுகமானது. பிபிஎஸ் சேவையை விரிவாக அறிமுகம் செய்த பைட் பத்திரிகை யூஸ்நெட் சேவையையும் விரிவாக அறிமுகம் செய்தது.

1983 அக்டோபர் இதழில் வெளியான இந்தக் கட்டுரை, யூஸ்நெட் சேவையை 'யுனிக்ஸ் பயனாளிகளுக்கான தகவல் பலகை' என்றே வர்ணித்திருந்தது. நாடு தழுவிய அளவிலான யுனிக்ஸ் பயனாளிகள் வலைப்பின்னலில் நீங்களும் எளிதாக இணையலாம் எனக் குறிப்பிட்டிருந்தது.

தகவல் பலகை சேவையைப் போன்றது என்றாலும், யூஸ்நெட் அதிலிருந்து வேறுபட்டது என்பதையும், நாடு தழுவிய என்பதில் இருந்து வையம் தழுவிய அளவில் அது விரிவடைந்து பிரபலமானது என்பதையும் இங்கே நினைவில்கொள்ளவேண்டும்.

ஆங்கிலத்தில் பயனர்கள் வலையைக் குறிக்கும் யூஸர் நெட்வொர்க்கின் சுருக்கமாக, யூஸ்நெட் எனும் பெயர் அமைந்திருந்தது. இந்தப் பயனர்கள் வலை எனும் சொல்தான் எத்தனை பொருத்தமானது. சமூக ஊடகங்களின் ஆதார அம்சங்களை விவாதிக்கும்போது, பயனர் எனும் சொல்லும், பயனர் உள்ளடக்கம் எனும் கருத்தாக்கமும் முக்கியமாக

குறிப்பிடப்படுவதை நீங்கள் உணர்ந்திருக்கலாம். இப்படி பயனர்களுக்காக முதலில் அறிமுகமான வலை யூஸ்நெட்.

அது மட்டும் அல்ல, பலவகையான சமூக ஊடகங்களில் விவாத குழுக்கள் அல்லது இணைய விவாத அரங்குகள் என அறியப்படும் சேவைகளுக்கும் இன்னும் பிற இமெயில் குழுக்களுக்கும் யூஸ்நெட்தான் முன்னோடி.

யூஸ்நெட்டின் இன்னொரு சிறப்பம்சம், அது இணையம் எனும் வலைக்கு வெளியே சுயேட்சையாக உருவானது. தகவல் பலகைகளும், ஆரம்ப கால பிடோ வலையும், இணையத்திற்கு வெளியே உருவானவை என்றாலும், அவை தன்னிச்சையாகத் தோன்றியவை என்றால், யூஸ்நெட் இணையத்திற்கு வெளியிலான ஒரு வலை தேவை எனும் தார்மீகப் பின்புலத்துடன் உருவானது.

இணையத்தின் மூலமாகக் கருதப்படும் அர்பாநெட் 1969 ல் நான்கு முனையங்களுடன் நிறுவப்பட்டு, பின்னர் படிப்படியாக வளர்ந்தது. ராணுவ ஆய்வு திட்டமாக அரசு நிதியுடன் செயல்பட்ட அர்பாநெட்டில், பல்கலைக்கழகங்களும், ஆய்வு நிறுவனங்களும் இணைந்துகொண்டாலும், இதற்கு ஒரு மேட்டிமைத்தன்மை தேவைப்பட்டது.

இணையம் எனும் வலைப்பின்னல் உருவாகி வளர்ந்த கதை நூற்றுக்கணக்கான முறை பலவிதமாக பதிவு செய்யப்பட்டிருக்கிறது. அர்பாநெட் ராணுவ திட்டமாக துவங்கிய செய்தியும், இணைய வளர்ச்சியின் மைல்கற்களும், இன்னும் பல படிகளும் சலிக்க சலிக்க குறிப்பிடப்பட்டுள்ளன.

ஆனால் அர்பாநெட் உருவாகி வளர்ந்தபோது, அமெரிக்கப் பல்கலைக்கழகங்களிலேயே எல்லாவற்றுக்கும் அதில் இணையும் வாய்ப்பு சமமாகக் கிடைத்துவிடவில்லை எனும் குறிப்பு பெரும்பாலும் விடுபட்டிருக்கிறது. ராணுவ ஆதரவு கொண்ட அர்பாநெட்டில் இணைந்து வலைப்பின்னலின் ஆற்றலையும் பயனையும் பெற வேண்டும் எனில், அரசியல் செல்வாக்கும், பண பலமும் தேவை எனும் நிலை இருந்திருக்கிறது.

அர்பாநெட்டில் அனுமதிக்கலாம் என்பதற்கான அரசியல் பரிந்துரையும், இணைப்புக் கட்டணம் போல ஒரு மில்லியன் டாலர் ஆய்வு நிதியும் இருக்கும் கல்வி நிறுவனங்கள் மட்டுமே

வலையில் இணைத்துக்கொள்ளப்பட்டன. இணையம் பொதுமக்கள் பயன்பாட்டிற்கு வருவதற்கு முன், அது வளர்ச்சிக் கட்டத்தில் இருந்த காலத்து யதார்த்தம் இது.

இப்படி, பிரத்தியேகமாகக் கருதப்பட்ட அர்பாநெட் வலைக்கு வலையே இருந்தவர்களில் பலரும் இதேபோன்ற தகவல் இணைப்பு வசதியை எதிர்பார்த்தனர். இந்த விலக்கப்பட்ட பிரிவினரில் ஒரு அங்கமான டியூக் பல்கலையில் இருந்த மென்பொருளாளர்கள் சிலர், நாமே நமக்கான தகவல் தொடர்பு வலையை உருவாக்கிக் கொள்ளலாம் என நினைத்துச் செயல்பட்டதன் விளைவுதான் யூஸ்நெட். எனவேதான், யூஸ்நெட் முன்கதையை விவரிக்கும் ஒருசில ஆவணங்களில், ஏழைகளின் அர்பாநெட் என்று மிகப் பொருத்தமாகக் குறிப்பிடப்படுகிறது.

இணையம் உருவாகிக்கொண்டிருந்த காலத்தில் பலவித நோக்கங்களுடன் பலரும் தங்களுக்கான தனி வலைப்பின்னலை உருவாக்கிக் கொண்டிருந்தனர் என்பதும் கவனிக்க வேண்டிய இணைய யதார்த்தம். ஆக, எந்த விதத்திலும் இணையம் என்பது ஒற்றை வலைப்பின்னலும் அல்ல, ஒரே வலைப்பின்னலும் அல்ல.

யூஸ்நெட்டின் நோக்கத்தில், நமக்கான ஒரு வலைப்பின்னல் எனும் ஒரு கிளர்ச்சி மனநிலை இருந்ததாகக் கருதலாம் என்பதோடு, அதன் பெயருக்குப் பின்னே மேலும் சில புரட்சிகரமான கருத்தாக்கங்கள் இருப்பதையும் தெரிந்துகொள்ளவேண்டும்.

யூஸ்நெட்டிற்கு, நெட் நியூஸ் அல்லது நியூஸ் என இன்னொரு பெயரும் இருந்தது. இதுவும் காரணப்பெயர்தான். யூஸ்நெட் அடிப்படையில், பயனாளிகள் செய்திகளைத் தங்களுக்குள் பகிர்ந்துகொண்டு விவாதிக்க உருவாக்கப்பட்டது. எனவே அது நெட் நியூஸ் என்று குறிப்பிடப்பட்டது. சில நேரங்களில் நியூஸ் என்று மட்டுமே குறிப்பிடப்பட்டது.

செய்திகள் என்பது இன்னமும் வலையேற்றப்படாத காலத்தில், 1979ல், செய்திகளை கம்ப்யூட்டர் இணைப்பின் வழியே பகிரலாம், விவாதிக்கலாம் எனும் எண்ணத்தைப் புரட்சிகரமானது என்று தானே கொள்ள வேண்டும். இதுவே பின்னாளில் யூஸ்நெட் வளர்ந்த விதத்தையும், அதன் முக்கியத்துவத்தையும் புரிந்து கொள்ள உதவும்.

இந்த இடத்தில், 1979ஆம் ஆண்டுதான் செய்திகளை முதலில் வலையேற்றிய 'தி சோர்ஸ்' சேவை துவக்கப்பட்டது என்பதைக் கவனத்தில் கொள்வது அவசியம். இந்தப் பின்னணியுடன், யூஸ்நெட் உருவான கதையை, அதன் செயல்பாடுகளை இன்னும் விரிவாகப் பார்க்கலாம்.

1979 ஆம் ஆண்டு, அமெரிக்காவின் வடக்கு கரோலினாவில் உள்ள டியூக் பல்கலையைச் சேர்ந்த பட்டதாரி மாணவர்கள் டாம் டிர்ஸ்காட் மற்றும் ஜிம் எல்லீஸ் *(Tom Truscott and Jim Ellis)* இருவரும் இணைந்து யூஸ்நெட் சேவைக்கான எண்ணத்தை முன்வைத்தனர். அர்பாநெட் வலைப்பின்னல் அணுக முடியாததாக இருந்தாலும், அதில் பயன்படுத்தப்பட்ட தகவல் பரிமாற்ற வசதியான இமெயில் மற்றும் அதைப் பெறுவதற்கான பட்டியல் அம்சத்தையும் அறிந்திருந்தவர்கள் அதேபோன்ற தகவல் பரிமாற்ற வசதியை, யூனிக்ஸ் பயனாளிகள் மத்தியில் உருவாக்க விரும்பினர்.

இது தொடர்பான விவாதத்தில், அருகாமையில் இருந்த வடக்கு கரோலினா பல்கலைக்கழக மாணவர் ஸ்டீவ் பெல்லோவினும் *(Steve Bellovin)* இணைந்துகொண்டார்.

1970 களின் பின்பகுதியில் தொலைபேசி வழியே டிஜிட்டல் தகவல் பரிமாற்றத்திற்கு வழிசெய்யும் மோடம் பிரபலமாகி வந்த நிலையில், தொலைபேசி மற்றும் மோடம் கொண்டு, உள்ளூர் வலைப்பின்னல் வசதியை அமைப்பது வர்த்தக நிறுவனங்கள், பல்கலைக்கழகங்களில் வழக்கமாக இருந்த பின்னணியில் இந்த மாணவர்கள் புதிய தகவல் பரிமாற்ற வசதி பற்றி உற்சாகமாக விவாதித்தனர்.

இதன் பயனாக யூஸ்நெட் வலைப்பின்னல் உருவானது. துவக்கத்தில் டியூக் பல்கலையின் இரண்டு கம்ப்யூட்டர் தளங்கள் மற்றும் வடக்கு கரோலினா பல்கலைத் தளம் ஆகிய மூன்றும் இதில் இணைந்திருந்தன. இந்தச் சேவையை அணுகுவதற்கான நிரலை பெல்லோவின் எழுதினார். கம்ப்யூட்டர்களை பரஸ்பரம் அழைத்துத் தொடர்புகொள்ளும் வகையிலும், அவற்றில் உள்ள கோப்புகளில் மாற்றம் நிகழ்ந்தால் அவை பதிவேற்றப்படும் வகையில் இந்த நிரல் அமைந்திருந்தது. ஏ நியூஸ் என்றே இந்த நிரல் அழைக்கப்பட்டது. நாள் ஒன்றுக்கு ஒரு சில செய்திகளைக் கையாளும் வகையில் அமைந்திருந்தது. செய்திகளின் எண்ணிக்கை அதிகரித்த போது

அவற்றைக் கையாளும் வகையில் நிரல் திருத்தி எழுதப்பட்டது. பின்னர் மார்க் ஹோர்டன் என்பவர் இணைந்த பிறகு மீண்டும் திருத்தி எழுதப்பட்டது. மார்டன் இந்த வலையில் அர்பாநெட் வலையின் மெயில் பட்டியலையும் இணைத்தார்.

இதனிடையே, டிரஸ்காட் மற்றும் எல்லீஸ், 1980ஆம் ஆண்டு கொலராடோவாவில் நடைபெற்ற யூஸ்னிக்ஸ் மாநாட்டில் இந்தப் புதிய சேவை பற்றிக் குறிப்பிட்டனர். கம்ப்யூட்டர்கள் வாயிலாக எளிதான தகவல் பரிமாற்றத்திற்கு வழிசெய்த இந்தப் பயனர் வலை யூனிக்ஸ் வட்டாரத்தில் மெல்லப் பிரபலமானது.

பயனாளிகள் யூஸ்நெட்டில் செய்திகள் அல்லது கட்டுரைகளை பதிவேற்றலாம். அவற்றை வாசிக்கலாம். படித்த பின், அவற்றின் கீழ் கருத்தும் தெரிவிக்கலாம். மற்றவர்களும் அதை வாசித்து பதில் கருத்து தெரிவிக்கலாம் என்பதால், விவாதச் சரடாகவும் இது அமைந்தது.

யூஸ்நெட் செய்திகளை வாசிக்க, அதற்கான ரீடர் மென்பொருள் தேவை. தற்போதைய பிரவுசர் போன்ற வசதி என இதைப் புரிந்து கொள்ளலாம். செய்திகளை இடம்பெறச் செய்யும் போது, அவற்றை பொருத்தமான பிரிவுகளில் பதிவேற்றலாம். இவை செய்திக் குழுக்கள் என குறிப்பிடப்பட்டன. கம்ப்யூட்டர் தொடர்பான குழு, அறிவியல் தொடர்பான குழு, பொழுதுபோக்கு தொடர்பான குழு, சமூக குழு உள்ளிட்ட குழுக்கள் இருந்தன. யூஸ்நெட் பொதுக் குழுவும் இருந்தது.

யூனிக்ஸ் கம்ப்யூட்டர் (பின்னர் மற்ற கம்ப்யூட்டர்களும் இணைந்தன), மோடம் உள்ளவர்கள், யூஸ்நெட் ரீடரை தரவிறக்கம் செய்துகொண்டு இந்த வலைப்பின்னலைப் பயன்படுத்த முடிந்தது. யூஸ்நெட்டில் இணைய அருகாமையில் உள்ள யூஸ்நெட் கம்ப்யூட்டரைக் கண்டறிந்து அதனுடன் இணைத்துக்கொள்ள வேண்டியிருந்தது. யூஸ்நெட் மெல்ல அமெரிக்காவில் நாடு தழுவிய அளவிலும், அதன் பிறகு உலக அளவிலும் விரிந்தது. செய்திகளைத் தெரிந்துகொள்ளும் வசதியும் அவற்றை விவாதிக்கும் வசதியும் பயனர்களை ஈர்த்தது. பயனர்கள் தங்களுக்கு ஆர்வம் உள்ள எல்லாவற்றையும் செய்தியாகப் பகிர்ந்துகொண்டு விவாதித்தனர். ஒரு குழுச் செய்தியை இன்னொரு குழுவில் பகிர்ந்து விவாதிப்பதும் சாத்தியமானது.

யூஸ்நெட் மையக் கட்டுப்பாடு இல்லாமல் அமைந்திருந்தது அதன் தனிச்சிறப்பாக விளங்கியது. இதனால் வலை எந்த கட்டுப்பாடும் இல்லாமல் வளர்ந்தது. 1980களில் யூஸ்நெட் கம்ப்யூட்டர் பயனாளிகள் மத்தியில் மிகவும் பிரபலமாக விளங்கியது. இந்த வலையை அணுகுவதற்கு பலவிதமான ரீடர் மென்பொருள்களும் அறிமுகமாயின. விவாதங்கள் மத்தியஸ்தர்களால் நெறிப்படுத்தப்பட்டன.

எல்லாவிதமான தலைப்புகள் குறித்தும் தகவல்களைப் பரிமாறிக்கொண்டு விவாதிக்கும் வசதி யூஸ்நெட் சேவையைத் துடிப்பாக வைத்திருந்தது. பனிப்போர் காலத்தில், சோவியத் யூனியனில் உள்ள பயனாளிகள் யூஸ்நெட்டில் இணைந்து தகவல் பரிமாறிக்கொள்வதும் சாத்தியமானது. பல முக்கியச் செய்திகள் இதில் பரிமாறப்பட்டன. இவ்வளவு ஏன், இணையத்தின் மூலம் எளிதாகத் தகவல் பரிமாற்றத்திற்கான பிரவுசர் சார்ந்த வைய விரிவு வலையை உருவாக்கிய டிம் பெர்னர்ஸ் லீ, இந்தச் சேவை பற்றிய தகவலை யூஸ்நெட் குழுவில்தான் பகிர்ந்து கொண்டார்.

வலை அறிமுகமான பிறகே இணைய வசதி பொதுமக்களுக்கு எளிதாக சாத்தியமான நிலையில் அதற்குப் பல ஆண்டுகளுக்கு முன்பே பயனர்களுக்கான வலையாக யூஸ்நெட் விளங்கியது. சமூக ஊடகத்தின் ஆதார அம்சங்களுக்கு அடிப்படையாக விளங்கியதோடு இணைய கலாச்சாரத்தின் பல்வேறு கூறுகளும் யூஸ்நெட்டில்தான் அறிமுகமாயின. பயனர்கள் இடையிலான கருத்து மோதல், பயனர்களைப் பின்தொடர்ந்து தொல்லை தருவது, விளம்பர ஊடுருவல் எனப் பல்வேறு அம்சங்கள் யூஸ்நெட்டில் இருந்துதான் வந்தவை.

1990 களில் வலை பிரபலமான நிலையில், யூஸ்நெட் சேவையை இணையதளங்கள் மூலம் அணுகும் வசதியும் அறிமுகமானது. இதற்கான பிரத்தியேக நிறுவனங்களும் உதயமாயின. டேஜாநியூஸ் இவற்றில் குறிப்பிடத்தக்கது. புத்தாயிரமாண்டுக்குப் பிறகு யூஸ்நெட் பயன்பாடு தேயத்துவங்கினாலும், இதற்கென அபிமானிகள் இருக்கவே செய்தனர். 2010ஆம் ஆண்டில் டியூல் பல்கலை யூஸ்நெட்டின் மூல உள்கட்டமைப்பை மூடிவிட்டாலும், பல்வேறு வடிவங்களில் யூஸ்நெட் தொடர்கிறது.

5. எல்லாவற்றுக்கும் முன் உண்டான வலை

ஃபேஸ்புக்கிற்கு முன், மைஸ்பேசுக்கு முன், ஏன் வலைக்கு முன்பே சமூக வலை உருவாகித் துவங்கிவிட்டது என்று சொல்வதை சமூக ஊடக முன்வரலாற்றுக்கான பொருத்தமான வர்ணனை என்பதை நீங்கள் உணர்ந்திருக்கலாம். இப்போது இன்னும் கொஞ்சம் பின்னே போகலாம். அதாவது ஃபேஸ்புக் நிறுவனரும், கூகுளை உருவாக்கியவர்களும் பிறப்பதற்கு முன்பே, இவ்வளவு ஏன், பல கம்ப்யூட்டர் மற்றும் மென்பொருள் புதுமைகளுக்கான பிறப்பிடமாகக் கருதப்படும் ஜெராக்ஸ் பார்க் (ஆப்பிளுக்கு எல்லாம் முன்...) ஆய்வுக்கூடத்திற்கு முன்பே பிளாட்டோ கம்ப்யூட்டர் உலகம் உருவானது என்பதை நாம் தெரிந்துகொள்ள வேண்டும்.

ஒருவிதத்தில் பார்த்தால், ஒட்டுமொத்த சமூக ஊடக வரலாற்றின் துவக்கப்புள்ளியாகவும் பிளாட்டோ கம்ப்யூட்டர்தான் அமைந்திருக்கிறது. அந்த வகையில் பார்த்தால், நாம் ஏற்கனவே பார்த்த கம்ப்யூட்டர் மெமரி ஒற்றை கம்ப்யூட்டருக்கும் கூட, இந்த கம்ப்யூட்டர்தான் முன்னோடி.

இன்று சமூக ஊடகங்களின் ஆதார அம்சங்கள் என நாம் பட்டியலிடும் பெரும்பாலான அம்சங்களான, இணைய அரட்டை, குழு உரையாடல், வலைப்பதிவு, இணைய கூட்டு விளையாட்டு

என எல்லாமே பிளாட்டோ கம்ப்யூட்டர் அமைப்பில் இருந்து உருவானவைதான். இன்னும் சொல்லப்போனால் நவீன கம்ப்யூட்டரில் நாம் தவறாமல் பயன்படுத்தும் வரைகலை வசதி, தொடுதிரை நுட்பம், உடனடி பதில் தன்மை ஆகிய அம்சங்களும் பிளாட்டோ கம்ப்யூட்டரின் கொடைதான்.

இதுவரை நாம் பார்த்த சமூக ஊடக முன்னோடி சேவைகள் அனைத்துமே இணையம் எனும் நவீன வலைப்பின்னலின் துணை இல்லாமல் தனியாக உருவானவை என்பது போலவே பிளாட்டோவும் இணைய சார்பில்லாமல் உருவானதோடு, ஒரு விதத்தில் இணையத்திற்கு முன்னதாகவே உருவானது எனக் கொள்ளலாம். இணையத்திற்கான மூல வலை 1969 ல் உருவானது என்றால், பிளாட்டோ அமைப்பை உருவாக்கும் செயல்பாடு 1960 களிலேயே துவங்கிவிட்டது. (இணையத்திற்கான கருத்தாக்கம் 1969க்கு முன்னரே துவங்கி விட்டது என்பதையும் இங்கே குறிப்பிட வேண்டும்.).

ஆனால், இணையம் போலவே, பிளாட்டோவும் ஒரே புள்ளியில் இருந்துதான் துவங்குகிறது என்பது கொஞ்சம் ஆச்சர்யமான விஷயம். 'ஸ்பூட்னிக்' விண்கலம் எனும் சோவியத் யூனியன் சாதனைதான் அது.

1957-ல் விண்ணுக்குச் செலுத்தப்பட்ட முதல் விண்கலமான ஸ்பூட்னிக், அறிவியல் ஆய்வில் தோழர்கள் தேசத்தின் முன்னேற்றத்தை உணர்த்திய நிலையில், முதலாளித்துவ அமெரிக்கா இனியும் பின்தங்கிவிடக்கூடாது எனும் அச்சத்தில் தனது ஆய்வு அமைப்பை உசுப்பி எதையும் தாங்கும் தகவல் தொடர்பு அமைப்பாக இணையம் எனும் வலைப்பின்னலுக்கு வித்திட்டதாகச் சொல்லப்படும் வரலாற்றுக் கதையை எண்ணற்ற முறை படித்திருக்கிறோம் அல்லவா? இதே சோவியத் ஸ்பூட்னிக் அமெரிக்காவை இன்னொருவிதத்திலும் அச்சம்கொள்ள வைத்ததுதான் பிளாட்டோவுக்கான வரலாற்றுக் கதை.

1950 களில் அமரிக்கக் கல்வி நிலையங்களில் மாணவர்கள் நிலை தொடர்பான அறிக்கை ஒன்றில், 50 சதவீத மாணவர்களுக்கு மேல் செயல்திறன் இல்லாதவர்கள் எனத் தெரிவித்திருக்கிறது. இதனிடையே ஸ்பூட்னிக், சாதனை நிகழவே, அமெரிக்க மாணவர்கள் இவ்விதம் தொடர்ந்தால், என்னாவது எனும்

கவலை அமெரிக்க கல்வியாளர்களை வாட்டியிருக்கிறது. எனவே, அப்போது வளர்ந்துகொண்டிருந்த கம்ப்யூட்டர்களைக் கல்வியுடன் இணைக்க முடியுமா என யோசித்தனர். கம்ப்யூட்டர் வாயிலாக கல்வி அளித்தால், கற்றல் திறனை மேம்படுத்தலாம் என்பதோடு, நிறப் பாகுபாடு இல்லாமல் அனைவரும் படிக்கத்துவங்கிய சூழலில் கற்பித்தல் தேவையை ஈடு செய்யவும் உதவும் என நம்பினர்.

இதற்காக அமைக்கப்பட்ட கல்வியாளர்களும், கம்ப்யூட்டர் வல்லுனர்களும் அடங்கிய குழுவின் ஆலோசனைக் கூட்டங்களில் எந்த முன்னேற்றமும் ஏற்படவில்லை. கல்வியாளர்களுக்கு தொழில்நுட்பம் புரியவில்லை, கம்ப்யூட்டர் வல்லுனர்களுக்கு கற்பித்தல் வழி தெரியவில்லை என்பதால் குழப்பமே மிஞ்சியது.

1959இல் இந்த திட்டத்தை முன்னெடுத்த இயற்பியல் அறிஞர் சால்மர்ஸ் ஷெர்வின் புதுமையாகச் சிந்திக்கக் கூடியவராக இருந்தார். அவர் தான், கம்ப்யூட்டரை நாம் ஏன் கல்விக்குப் பயன்படுத்தக்கூடாது? எனக் கேள்வி கேட்டார். இதற்கான யோசனையையும் அவர் தெளிவாகவே முன்வைத்தார்.

புத்தகங்கள் பல காலமாக மாறாமலே இருக்கின்றன, அவற்றை மேம்படுத்துவோம், பதில் அளிக்கக் கூடிய புத்தகம் தேவை" என்றார்.

இந்நிலையில், ஆலோசனைக் கூட்டத்தின் முட்டுக்கட்டையால் வெறுத்துப்போயிருந்த டேனியல் ஆல்பெர்ட் எனும் கல்வியாளர், டான் பிட்சர் எனும் இளம் பொறியாளருடன் உரையாடும் வாய்ப்பைப் பெற்றார். கம்ப்யூட்டர் மூலம் கல்வி கற்பதற்கான இடைமுகத்தை உண்டாக்க பழைய ரேடார் அமைப்பை மாற்றி அமைக்க முயன்றுகொண்டிருப்பதாக பிட்சர் கூறியதை அடுத்து, ஆல்பெர்ட் அவரிடம் இரண்டு வாரங்களில் கல்வி கம்ப்யூட்டரை உருவாக்குமாறு கூறி நிதி உதவிக்கும் ஏற்பாடு செய்தார்.

இப்படிதான், கம்ப்யூட்டர் வழி கற்பித்தலுக்கான பிளாட்டோ கம்ப்யூட்டர் உருவானது. புரோகிராமிங் லாஜிக் பார் ஆட்டமேட்டிக் டீச்சிங் ஆப்பரேஷன்ஸ் என்பதன் ஆங்கிலச் சுருக்கமே பிளாட்டோ (Programmed Logic for Automatic Teaching Operations). அமெரிக்காவின் இல்லினாய்ஸ் பல்கலையில் பிளாட்டோ உருவானது. பல்கலையில் இருந்த பழைய மெயின்பிரேம் கம்ப்யூட்டரை செயல்திறனுக்காக

பயன்படுத்திக்கொண்டு, பயனாளிகளுக்கான இடைமுகமாக தொலைக்காட்சிப் பெட்டி அமைந்திருந்தது. 1960ஆம் ஆண்டு பிளோட்டோ முதல் வடிவம் அறிமுகமானது.

பிளாட்டோ கம்ப்யூட்டரில் கல்வி மென்பொருளை எழுதுவதற்கு என்று டியூட்டர் (TUTOR) எனும் புதிய புரோகிராமிங் மொழி உருவாக்கப்பட்டது. பிரதான கம்ப்யூட்டரை மாணவர்கள் டெலிடைப் டெர்மினல்கள் வாயிலாக அணுக முடிந்தது. கம்ப்யூட்டர் வாயிலான கல்வியின் துவக்கமாக அமைந்த பிளாட்டோ அமைப்பு அடுத்து வந்த ஆண்டுகளில் மேலும் மேம்பட்டது.

1972 ம் ஆண்டு புதிய மெயின்பிரேம் கம்ப்யூட்டர்கள் கொண்டு வரப்பட்டு ஒரே நேரத்தில் ஆயிரம் பயனாளிகள் அணுகும் வசதி உண்டானது. இவ்விதமாக இணைய கல்வியின் முன்னோடியாக அமைந்த பிளாட்டோ கம்ப்யூட்டர் அமைப்பு, அதில் அறிமுகமான தகவல் தொடர்பு வசதிகளால் சமூக ஊடகத்தின் ஆதார குணங்களையும் கொண்டதாக மாறியது.

1973ஆம் ஆண்டில் பிளாட்டோ நோட்ஸ் எனும் தகவல் தொடர்பு வசதி முதலில் அறிமுகமானது. டேவிட் வூல்லே (David R. Woolley) எனும் மென்பொருளாளர் இதை உருவாக்கினார். ஏற்கனவே பிளாட்டோ அமைப்பில் இருந்த நோட்ஸ் எனும் கோப்பு வசதியை மேம்படுத்தி புதிய வசதியை உருவாக்கினார். நோட்ஸ் கோப்பு வசதி, கம்ப்யூட்டர் அமைப்பில் உள்ள குறைகளைத் தெரிவிக்க வழிசெய்தது. பயனர்கள் தாங்கள் எதிர்கொள்ளும் தொழில்நுட்ப சிக்கலை இதில் பதிவு செய்யலாம். இந்த வசதியை ஒரு நேரத்தில் ஒருவர் மட்டுமே பயன்படுத்தலாம் என்பதோடு, யாரேனும் நினைத்தால் மொத்த கோப்பையும் நீக்கிவிடலாம். மேலும் குறிப்பு எழுதியது என்பதையும் அறிய வழியில்லை.

இவற்றை எல்லாம் சரிசெய்து, குறிப்புகளை எழுதி எளிதாக பகிர்ந்துகொள்ள பிளாட்டோ நோட்ஸ் வழிசெய்தது. ஒரு குறிப்புக்கு 63 பதில்கள் இணைக்கப்படும் வகையிலும், ஒவ்வொரு பதிலுக்கும் தனித் தனித் திரைகள் தோன்றும் வகையிலும் இந்த வசதி அமைந்திருந்தது. குறிப்புடன் இணைக்கப்பட்ட வாலாக பதில்கள் தொடர்ச்சியாக இடம்பெற்றிருந்தன.

குறிப்புகளுக்கான கோப்பில் அறிவிப்பு, உதவி மற்றும் பொது ஆகிய மூன்று பிரிவுகளில் குறிப்புகள் வகைப்படுத்தப்பட்டிருந்தன. கம்ப்யூட்டர் டெர்மினலில் உள்ள விசைகளை அழுத்துவதன் மூலம் குறிப்புகளில் முன்னும் பின்னும் போய் வர முடிந்தது. இதே முறையில் புதிய குறிப்பை எழுதுவது அல்லது பதில் அளிப்பது சாத்தியமானது.

பிளாட்டோ நோட்ஸ் வசதி, பயனாளிகள் இடையே எளிதான கருத்துப் பரிமாற்றத்திற்கு வழிவகுத்தது. பின்னாளில் அறிமுகமான செய்திக் குழுக்கள் அல்லது இணைய குழுக்கள் சேவைகளுக்கு இந்த குறிப்பேடு முன்னோடியாகவும் அமைந்தது.

தகவல் பலகை வசதி போன்ற அமைப்பு 1973ஆம் ஆண்டே பிளாட்டோ கம்ப்யூட்டர் அமைப்பில் சாத்தியமானது வியப்பை ஏற்படுத்துவதாக இருந்தால், மேலும் ஆச்சர்யங்களுக்குத் தயார்படுத்திக்கொள்ளுங்கள். ஏனெனில் அதே ஆண்டு பிளாட்டோவில் டாக்கோமேட்டிக் *(Talkomatic)* எனும் அரட்டை வசதியும் அறிமுகமானது. டோக் பிரவுன் *(Doug Brown)* எனும் மென்பொருளாளர், வூல்லியுடன் இணைந்து இதை உருவாக்கினார். ஒரு டெர்மினிலலில் இருந்து இன்னொரு டெர்மினலில் இருந்த பயனருடன் தொடர்பு கொள்ள வழிசெய்ததோடு, மறுமுனையில் இருப்பவர்கள் டைப் செய்வது திரையில் தோன்றுவது மகத்தான புதிய அனுபவமாக அமைந்தது.

டாக்கோமேட்டிக் அறையில் பல்வேறு சேனல்களைத் துவக்கிக் கொள்ள முடிந்தது. ஒவ்வொரு சேனலிலும் 5 பேர் வரை உரையாடலாம். பயனாளிகள் தங்களுக்குள் நேரடியாக உரையாடிக் கொள்ளும் டெர்ம் டாக் வசதியும் தொடர்ந்து அறிமுகமானது. மெசேஜிங் சேவைகள் என அறியப்படும் வாட்ஸ் அப்புக்கும், அதற்கு முன்னோடியாக அமைந்த ஐஆர்சி சேவைக்கும் டாக்கோமேட்டிக்தான் மூலம் என்பது பிளாட்டோவின் இன்னொரு சிறப்பு.

இந்தத் தகவல் தொடர்பு வசதிகள் பயனாளிகள் கம்ப்யூட்டர் வாயிலாக இணைத்து அவர்களிடையே நட்பையும் உரையாடலை யும் சாத்தியமாக்கியது. பிளாட்டோ அமைப்பிற்குள் காதல் துளிர்விட்ட கதைகளும் அநேகம் இருக்கின்றன. இன்னும்

விநோதமாக பயனாளி ஒருவர் கிரேப்பர் எனும் பெயரில் கற்பனை திகில் கதைகளைக் குறிப்புகள் வசதியில் எழுதி பிரபலமான சுவாரஸ்ய வரலாற்றையும் பிளாட்டோ கொண்டிருக்கிறது.

இதனிடையே பிளாட்டோ அமைப்பில் தனிப்பட்ட மின்னஞ்சல் வசதியும் அறிமுகமானது. நோட்ஸ் வசதி, குழு குறிப்புகள், நேரடிச் செய்தி உள்ளிட்ட அம்சங்களோடு மேலும் மேம்பட்டது. இதனிடையே பொதுச் செய்திகளுக்கான பேட் *(Pad)* எனும் தகவல் பலகை வசதியும் அறிமுகமானது. 'நியூஸ்ரிப்போர்ட்' எனும் பெயரில் முதல் ஆன்லைன் செய்தி குழுவும் அறிமுகமானது.

பிளாட்டோ பிளாஸ்மோ திரை வசதி கொண்டிருந்ததால் அதில் கேம் விளையாடுவதும் சாத்தியமானது. பிளாட்டோவுக்கு என்று பிரத்தியேக கேம்கள் உருவாக்கப்பட்டன. மெய்நிகர் உலகில் பலர் இணைந்து விளையாடும் தன்மையில் இவை அமைந்திருந்தன. அந்த வகையில், இணையத்தில் பின்னாளில் பிரபலமான பாத்திரமேற்கும் கேம்கள் மற்றும் விளையாட்டு சார்ந்த மெய்நிகர் சமூகங்களுக்கும் இந்த அமைப்புதான் முன்னோடி.

6. கிணற்றில் உண்டான இணைய உலகம்!

இணையத்தில் உண்டான முதல் மெய்நிகர் உலகங்களில் ஒன்றாகக் கருதப்படும் 'தி வெல்' (*The Well*) சமூக ஊடக சேவை தொடர்பான அறிமுகத்தை ஹாவர்டு ரெயின்கோல்டின் தனிப்பட்ட அனுபவத்துடன் துவங்குவதே பொருத்தமாக இருக்கும்.

ரெயின்கோல்ட் தனிப்பட்ட அனுபவம் என்பதை மீறி அவர் விவரிக்கும் சம்பவம், இணையத்தில் மனிதர்களை இணைக்கும் பொது அம்சங்கள் பற்றியும், அதனால் விளையும் நன்மைகள் பற்றியும் பேசுகிறது. முக்கியமாக, ஒரு மாயவெளியில் மிதக்கும் உணர்வைப்போல, நட்பும், உறவும், அன்பும் மிளிரும் கண்ணுக்குத் தெரியாத மெய்நிகர் உலகில் சஞ்சரிப்பதால் உண்டான உணர்வையும் அவர் விவரிக்கிறார்.

"1986ஆம் ஆண்டின் கோடை காலத்தில் என் இரண்டு வயது மகள் தலையில் ஒரு பேன் வந்துவிட்டது. அந்த ரத்தம் உறிஞ்சி கொழுக்கும் வஸ்து எங்கள் குழந்தையின் உச்சந்தலையில் இருக்கிறது. எங்களுக்கு என்ன செய்வது என்று தெரியவில்லை. என் மனைவி ஜூடீ, குழந்தை மருத்துவரைத் தொடர்புகொண்டார். நேரம் மாலை 11 மணி இருக்கும், நான் 'வெல்'லில் நுழைந்திருந்தேன். இந்தக் கேள்விக்கான பதில், பிளாஷ் கார்டன் எம்டி எனும் விநோத பெயர் கொண்ட மிக நல்ல மனிதரிடம் இருந்து உடனடியாக வந்தது. என் மனைவி அழைத்த மருத்துவரிடம்

இருந்து பதில் அழைப்பு வருவதற்குள் குழந்தையின் தலையில் இருந்து பேனை அகற்றிவிட்டேன்”

இந்த பதில் வந்த வேகம் மட்டும் அல்ல, மிகவும் நம்பிக்கைக்குரியவர்கள், அவர்களில் பெரும்பாலும் பெற்றோர்கள், சிலர் அம்மாக்கள், மருத்துவர்கள், செவிலியர்கள் நமக்காகத் தேவை எனில் 24 மணி நேரமும் அங்கு இருக்கின்றனர் எனும் உணர்வு வியக்க வைக்கிறது என ரெயின்கோல்டு குறிப்பிடுகிறார்.

தி வெல் இணைய சமூகத்தைத்தான் ரெயின்கோல்டு இப்படிப் புகழ்கிறார். இணையம் வழி சந்திப்புகள், உரையாடல்கள் மூலம் உருவாகும் உறவை அடிப்படையாகக் கொண்ட இணைய சமூகங்கள் குறித்து முதலில் எழுதியவராக அறியப்படுபவர் என்பதால் ரெயின்கோல்டு இப்படிச் சொல்வதில் இருந்தே வெல் இணைய சமூகம் எத்தனை அற்புதமானதாக இருந்திருக்கும் என்பதை உணரலாம்.

வெல் சேவைக்கு முன்பும் பின்பும் இணைய சமூகங்கள் இருந்தாலும், இணைய சமூகங்கள் என்று வரும் போது, இதற்கு தனித்துவமான இடம் இருப்பதோடு, இணைய சமூகங்களுக்கான அடையாளமாக வெல் விளங்கியது என்றும் சொல்லலாம்.

இணைய தொடர்புகள் மூலம் ஒரு சமூகக் குழு உருவாகலாம் எனும் கருத்து வெல் சேவைக்கு மட்டும் உரியது அல்ல என்றாலும், வெல் தனது அமைப்பு, தொழில்நுட்ப வரலாற்றினால் பெரும்பாலும் தனது உறுப்பினர்கள் மற்றும் ஊழியர்களின் தனிப்பட்ட தகவல் தொடர்பால் வளர்ந்ததே தவிர, வர்த்தக நிறுவனங்கள், மேலாளர்களால் அல்ல” என வெல்லின் ஆரம்ப கால முக்கிய உறுப்பினர்களில் ஒருவரான கிளிப் ஃபிகாலோ *(Cliff Figallo)* வெல் சமூகத்தை விவரிக்கும் ஒரு கட்டுரையில் எழுதியிருப்பது இங்கு கச்சிதமாகப் பொருந்துகிறது.

வெல் சமூகம் உருவான கதையைப் பார்ப்பதற்கு முன், இணைய சமூகம் எனும் கருத்தாக்கத்தைப் புரிந்துகொள்வது அவசியம். இணைய வழித் தகவல் தொடர்பு, உரையாடல் வாயிலாக அதில் ஈடுபடுபவர்கள் தங்களுக்குள் ஒரு சமூக உணர்வை உணரலாம் என்பதே இதன் அடிப்படை. ஒத்த கருத்து அல்லது ஆர்வ ஒற்றுமைகள் இதன் உறுப்பினர்களை இணைக்கும் சக்தியாகின்றன.

பயனர்களின் தகவல் தொடர்பிற்கு வழிசெய்வதே சமூக ஊடகங்களின் ஆதார குணங்களில் ஒன்றாக அமைவதால், இணைய தகவல் தொடர்பால் உருவாகும் கண்ணுக்குத் தெரியாத சமூகங்கள் அல்லது மெய்நிகர் உலகங்கள் சமூக ஊடகங்களின் முக்கிய வகைகளில் ஒன்றாக அமைகின்றன. இந்த வகை இணைய சமூகங்களில் முதன்மையானதாக தி வெல் கருதப்படுகிறது.

வெல் தொடர்பான எல்லாமே தனித்தன்மை வாய்ந்தவைதான். அது, தொழில்நுட்ப தொலைநோக்கு மிக்க ஆளுமைகளால் உருவாக்கப்பட்டது. அதில் அங்கம் வகித்தவர்களில் பலரும் தொழில்நுட்ப உலகில் ஆற்றல் மிக்கவர்கள். ஆனால், இந்த தனித்துவம் பிரத்தியேகத் தன்மையை உருவாக்கியதே தவிர, கூட்டு லட்சியமும், பொதுத் தன்மையையும் அவர்களை இணைத்தது.

தகவல் பலகைகளும், யூஸ்நெட் விவாத குழுக்களும் பயனர்கள் இடையிலான தகவல் தொடர்பையும், அதன் மூலம் ஒருவித சமூக உணர்வையும் சாத்தியமாக்கியிருந்த நிலையில், 1985ஆம் ஆண்டு தி வெல் இணைய சமூகம் நிறுவப்பட்டது. தொலைபேசி மற்றும் மொடம் மூலம் இணைக்கப்பட்ட தகவல் பலகை சேவையையே அடிப்படையாகக் கொண்டிருந்தாலும், வெல் குறிப்பிட்ட சில வேறுபட்ட அம்சங்களைக் கொண்டிருந்தது.

ஸ்டூவர்ட் பிராண்ட் (Stewart Brand), லாரி பிரில்லியன்ட் (Larry Brilliant,) இணைந்து தி வெல் இணைய சமூகத்தைத் துவக்கினர். இருவருமே இணைய முன்னோடிகளாகப் பெரிதும் மதிக்கப்படுபவர்கள். ஸ்டூவர்ட் பிராண்ட், 'தி ஹோல் எர்த் ரிவ்யூ' உள்ளிட்ட இதழ்களின் ஆசிரியர். இவரது ஹோல் எர்த் கேடலாக் இதழால் ஊக்கம் பெற்று தொழில்நுட்ப உலகில் பெரிதாக சாதித்திருக்கின்றனர். ஆப்பிள் நிறுவனர் ஸ்டீவ் ஜாப்ஸ் இதில் ஒருவர். கூகுளுக்கு முன் இருந்த காகித கூகுள் என இந்த இதழை ஸ்டீவ் ஜாப்ஸ் வர்ணித்திருக்கிறார்.

மருத்துவரான லாரி பிரில்லியண்ட் எதிர் கலாச்சாரப் போக்கில் ஆர்வம் கொண்டவர், தொழில்நுட்ப தொலைநோக்கு கொண்டவர். ஹோல் எர்த் ரிவ்யூ எழுத்தாளர்களுக்கும், வாசகர்களுக்கும் இடையிலான தகவல் தொடர்பு வழியாக தி வெல் சேவையை உருவாக்கினார். அவர்கள் எதிர்பார்ப்பை மிஞ்சும் வகையில் மிக விரைவிலேயே, பூமியில் உள்ள எல்லாவற்றையும் விவாதிக்கும்

இடமாக இந்தச் சேவை வளர்ந்ததோடு, உறுப்பினர்கள் இடையே நெருக்கமான இணைய உறவை உண்டாக்கியது.

தி ஹோல் எர்த் எலெக்ட்ரானிக் லிங்க்- வெல் *(The Whole Earth 'lectronic Link, or WELL.)* என்பதாக பெயர் அமைந்திருந்தது. நிறுவன நோக்கில், பிராண்டின் பாயின் காஸ்ட் மற்றும் பைகோ ஸ்பேன் மென்பொருளை உருவாக்கிய என்.இ.டி.ஐ *(NETI)* ஆகிய இரண்டு நிறுவனங்களுக்கு இடையிலான கூட்டாக இந்த ஏற்பாடு அமைந்திருந்தது.

தகவல் பலகை- பிடோநெட், யூஸ்நெட் உள்ளிட்ட சேவைகள், இணையத்திற்கு வெளியே உருவாகி, வளர்ந்து பின்னர் இணையத்துடன் இணைந்தவை என்றால், வெல் இணையம் சார்ந்த சேவையாக உருவானது. கம்ப்யூட்டர் வாயிலான மாநாடு மற்றும் இமெயில் வசதி என வெல் சேவையை வர்ணிக்கும் கிளிப் ஃபிகாலோ பிராந்திய இணைய சேவை நிறுவனம் *BAR-RNet* மூலம் இணையத்தில் இது இணைந்திருந்தது என்கிறார். 1980களில் இணையம் வளர்ச்சி அடைந்திருந்தாலும், இன்னமும் பொதுமக்களுக்கு அனுமதிக்கப்படவில்லை என்பதை நினைவில் கொள்ள வேண்டும்.

கலிபோர்னியாவில் இருந்து இயங்கிய வெல் சேவை மார்கஸ் வாட்ஸ் உருவாக்கிய பைகோ ஸ்பேன் *(PicoSpan)* மென்பொருள் கொண்டு இயங்கியது. கம்ப்யூட்டரில் எழுதி கோப்புகளை உருவாக்கக் கூடிய சிறிய எழுதி மென்பொருளாக இது அமைந்திருந்தது. ஒருவிதத்தில் பிளாட்டோ நோட்ஸ் மென்பொருள் போலவே இருந்தது. இதிலும் பயனாளிகள் கருத்துகளைத் தெரிவித்து அதற்கான எதிர்வினைகளை ஒரே சரடாக அணுகலாம். ஆனால், நோட்ஸ் என குறிப்பிடுவதற்கு பதிலாக மாநாடு (கான்பிரன்ஸ்) எனக் குறிப்பிடப்பட்டது. இணையம் வாயிலான சந்திப்புகள் மாநாடுகள் எனக் குறிப்பிடப்படும் வழக்கம் இதற்கான அடிப்படையாக அமைந்தது.

வெல் சேவையில் இணைய உறுப்பினர் கட்டணம் வசூலிக்கப்பட்டது. இதை ஒருவித வாய்ப்பாகக் கருதியே தொழில்நுட்ப ஆர்வம் கொண்டவர்கள், மாணவர்கள், கல்வியாளர்கள் இணைந்தனர். பத்திரிகையாளர்கள் மற்றும் தாக்காளர்களுக்கு இலவச உறுப்பினர் அந்தஸ்து வழங்கப்பட்டது. அநேகமாக இதழியல் துறையினர்

நெருக்கமாக அறிந்திருந்த இணைய அமைப்புகளில் ஒன்றாக வெல் அமைந்திருந்தது.

ஸ்டூவர்ட் பிராண்ட் தனது இயல்பிற்கு ஏற்ப வெல் சமூகத்தின் செயல்பாட்டுக் கொள்கையை வகுத்திருந்தார். உறுப்பினர்கள் எந்தக் கருத்தையும், வெளியிட்டு விவாதிக்கும் சுதந்திரம் அளிக்கப்பட்டு, உங்கள் கருத்திற்கு நீங்களே பொறுப்பு *(You Own Your Own Words.)* எனும் கருத்து வலியுறுத்தப்பட்டது. பிராண்ட் மற்றும் ஹோல் எர்த் ரிவ்யூ ஆசிரியர் கெவின் கெல்லி ஆரம்ப விவாதத்தைத் துவக்கி நடத்தினார். தொடர்ந்து பல துறைகளைச் சேர்ந்த உறுப்பினர்கள் இணைந்தனர்.

வெல் சமூகத்தின் ஆரம்ப கால உறுப்பினர்கள் பட்டியலில் பல துறை ஆளுமைகளும், முன்னோடிகளும் அடங்கும். ஸ்டான்போர்டு ஆய்வுக் கழகத்தின் இயக்குநர் டாம் மெண்டல், ஹாவர்டு ரெயின்கோல்ட் (பின்னாளில் மெய்நிகர் சமூகம் புத்தகம் எழுதியவர் மற்றும் சமூக ஊடக வளர்ச்சியைப் பதிவு செய்த வல்லுனர்), இணைய முன்னோடிகளில் ஒருவரான ஜான் பெரி பார்லோ, சைபர் வல்லுனர் ஜான் கில்மோர் என இந்தப் பட்டியல் நீள்கிறது.

வெல் சேவை கண்ணுக்குத் தெரியாத இணைய சமூகத்தை உருவாக்கினாலும், நிஜ உலகின் ஓட்டலோடு ஒப்பிடுவதன் மூலம் அதன் தன்மையைச் சரியாகப் புரிந்துகொள்ளலாம். ஓட்டலில் எண்ணற்ற அரங்கங்கள் இருந்து எல்லா அறைகளிலும் எப்போதும் ஏதேனும் மாநாடு நடந்துகொண்டிருந்தால் எப்படி இருக்கும். மாநாடுகளில் அர்த்தமுள்ள விவாதங்களும் நிகழும், இலகுவான கருத்துப் பரிமாற்றங்களும் அரங்கேறும். உறுப்பினர்கள் தங்களுக்குப் பிடித்தமான மாநாட்டில் பங்கேற்கலாம். அங்கிருந்து அருகாமை மாநாட்டிற்குச் செல்லலாம். ஒவ்வொரு மாநாட்டிற்கும் ஒரு குணம் உண்டு. இடையே உறுப்பினர்களைச் சந்திக்கலாம், தனியே உரையாடலாம். அதேபோல உறுப்பினர்கள் தனியே கொண்டாடி மகிழும் இடங்களும் உண்டு. ஒருவருக்கு ஒருவர் உதவிக்கொள்ளும் வாய்ப்புகளும் அநேகம்.

இன்னொரு விதத்தில் பார்த்தால் வெல் சமூகத்தை, நிஜ உலகின் சிறு நகரம் அல்லது உள்ளூர் பேட்டை எனப் புரிந்து கொள்ளலாம். ஆனால், அறிமுகம் இல்லாதவர்கள் இணையம் மூலம் சந்தித்து

தங்களுக்கு என உருவாக்கிக் கொண்ட இணைய பேட்டை. (கெயில் வில்லியம்ஸ் எனும் வெல் உறுப்பினர் இதேபோல தான் வெல் அனுபவத்தை விவரித்துள்ளார்).

ஏற்கனவே குறிப்பிட்டதுபோல, வெல் தளத்தில் மாநாடுகள் என்பவை, விவாதக் குழு அரங்குகள் போன்றவை. அதில் உறுப்பினர்கள் தங்கள் கருத்தை முன்வைத்து உரையாடலாம். ஒவ்வொரு மாநாடும், புத்தகம், விளையாட்டு, பயணம், குழந்தை வளர்ப்பு இடங்கள் உள்ளிட்ட தலைப்புகள் சார்ந்தவை. ஒவ்வொன்றிலும் துணைத் தலைப்புகள் உண்டு. உறுப்பினர்களுக்கு அபிமான குழுக்களும் உண்டு. பல உறுப்பினர்கள் பல்வேறு குழுக்களில் பங்கேற்பதும் உண்டு.

கட்டணச் சேவை என்பதை மீறி, ஆரம்பத்தில் சில நூறு என இருந்த உறுப்பினர்கள் எண்ணிக்கை, அடுத்து வந்த ஆண்டுகளில் சில ஆயிரங்களைத் தொட்டது. ஒரு கட்டத்தில் பத்தாயிரம் உறுப்பினர்கள் இருந்ததாகப் பதிவாகியுள்ளது. ஆனால், எண்ணிக்கை ஒரு பொருட்டல்ல, இதற்குள் உண்டான சமூக உணர்வும், கருத்து பரிமாற்றம் சார்ந்த உறவும், நெருக்கமுமே முக்கியம்.

வெல் சேவையை மையமாகக் கொண்டு மெய்நிகர் சமூகம் பற்றி எழுதிய புத்தகத்தில் ரெய்ன்கோல்ட், இங்கு ஏற்பட்ட அனுபவங்களை உணர்வு பொங்க விவரித்துள்ளார். வெல் உறுப்பினராக, எத்தனையோ வெல் திருமணங்களில், வெல் பிறப்புகளில், பங்கேற்றிருக்கிறேன் என அவர் எழுதுகிறார். வெல் சார்ந்த இறுதி சடங்கிலும் பங்கேற்றிருக்கிறேன் என்கிறார்.

வெல் உறுப்பினர்களின் நிஜ வாழ்க்கை நிகழ்வுகளையே இப்படிக் குறிப்பிடுகிறார். இணையத்தில் மட்டும் அறிமுகமானவர்கள், நேரடியாகச் சந்தித்துக்கொள்ளும் அனுபவம் முதல் முறையாக ஏற்படுத்திய தாக்கம் பற்றியும் விவரித்திருக்கிறார். வெல் சேவை மென்பொருள் கொண்டு உருவாக்கப்பட்ட விளையாட்டுப் பற்றியும் குறிப்பிடுகிறார். முக்கிய நிகழ்வுகளின்போது செய்திகளையும், தகவல்களையும் தெரிந்துகொண்டதைக் குறிப்பிடுகிறார்.

இணைய சமூகத்தில் உள்ள மனிதர்கள் திரையில் தோன்றும் எழுத்துகள் மூலம், இன்முகம் கூறி, விவாதித்து, உணர்வுகளை பகிர்ந்து, வர்த்தகம் நடத்தி, அன்பைப் பெற்று, புதிய எண்ணங்களை

விவாதித்து, சண்டையிட்டு... என எல்லாவற்றையும் செய்கின்றனர் என்றும் எழுதுகிறார்.

வெல் அதன் உறுப்பினர்களுக்கு எத்தனை மகத்தான அனுபவமாக இருந்தது என்றும், பின்னர் வந்த இணைய சமூகங்களுக்கான முன்னுதாரணமாக விளங்கிய விதத்தையும் இந்தப் புத்தகம் மூலம் உணரலாம்.

1980 களின் இறுதியில் தகவல் பலகைகளின் இணைப்பாக பிடோ நெட் வலைப்பின்னல் மற்றும் யூஸ்நெட் செய்திக் குழுக்கள் மிகவும் பிரபலமாக விளங்கிய காலத்தில் தனித்தன்மை மிக்க இணைய சமூகமாக வெல் உருவானது.

1995ஆம் ஆண்டு வெல் இணையதளம் முன்னணி இணைய இதழான சலோன் நிர்வாகத்திடம் விற்கப்பட்டது. பல ஆண்டுகளுக்குப் பின்னர், வெல் உறுப்பினர்கள் அடங்கிய குழுவே அதை விலைக்கு வாங்கி தொடர்ந்து நடத்திவருகிறது. அதன் உறுப்பினர்கள் எண்ணிக்கை சொற்பம்தான் என்றாலும் இணையத்தில் இயங்கிவரும் மிகவும் பழமையான இணைய சமூகமாக விளங்குகிறது.

இடைப்பட்ட காலத்தில் இணைய இணைப்பை வர்த்தக நோக்கில் வழங்கும் கம்ப்யூசர்வ் போன்ற நிறுவனங்கள் அறிமுகமாகி விட்டன. வெல் நிறுவனர்கள், வர்த்தக நோக்கம் இல்லாத கூட்டுறவு அமைப்பு போலவே அதை நடத்த விரும்பினர். வெல் பெரிதாக வளர வேண்டும் என அவர்கள் நினைக்கவில்லை. மாறாக, பிராந்திய அளவில், உள்ளூரில் இதே போன்ற இணைய சமூகங்கள் ஆயிரக்கணக்கில் உருவாக இது வழிகாட்ட வேண்டும் என விரும்பினர். நாடு தழுவிய அளவிலான வர்த்தக நிறுவன அமைப்புகளுக்கு மாறாக, இத்தகைய இணைய சமூகங்கள் தேவை என நினைத்தனர். 'ஆயிரம் கம்ப்யூசர்வ்கள் உண்டாகட்டும்' என லாரி பிரில்லியண்ட் இதுபற்றி கூறியிருக்கிறார்.

ஆயிரமாயிரம் வெல்கள் இணைய உலகம் முழுவதும் தோன்றுவதற்கு மாறாக, ஃபேஸ்புக் போல இணைய உலகம் முழுவதும் ஆதிக்கம் செலுத்தும் சமூக ஊடக சேவையை நிச்சயம் வெல் நிறுவனர்களும், உறுப்பினர்களும் எதிர்நோக்கியிருக்க மாட்டார்கள்.

7. இணைய அரட்டையின் ஆணிவேர்!

சமூக ஊடக வரலாற்றில் இப்போது நாம் பின்லாந்திற்குப் பயணிக்கலாம். அங்கிருந்துதான், இணைய வழி உரையாடலை சாத்தியமாக்கிய ஐஆர்சி (IRC) சேவை உருவானது. இணைய அரட்டை எனப் புரிந்துகொள்ளப்படும் கம்ப்யூட்டர்கள் வாயிலாக மனிதர்கள் பேசிக்கொள்வதை சாத்தியமாக்கிய சேவைகள், ஐஆர்சிக்கு முன்னும் இருந்தன, பின்னும் இருக்கின்றன என்றாலும், சமூக ஊடகத்தின் இந்த வகை சேவை வளர்ச்சியில் ஐ.ஆர்.சி முக்கிய மைல்கல்லாக அமைகிறது.

ஐ.ஆர்.சி என்பது இன்டர்நெட் ரிலே சாட் என்பதன் சுருக்கம். இதன் உருவாக்கம் பற்றிப் பார்க்கும் முன், இணைய அரட்டை வரலாறு தொடர்பாக சில முக்கியக் குறிப்புகளை நினைவில் கொள்வது அவசியம்.

சமூக ஊடக வெளியில் இன்று பரவலாகப் பயன்படுத்தப்படும் வாட்ஸ் அப், டெலிகிராம், ஸ்லேக் உள்ளிட்ட மேசேஜிங் சேவைகளுக்கு இணைய அரட்டை சேவைகள், குறிப்பாக ஐ.ஆர்.சி தான் முன்னோடி. வீடியோ கேம் பிரியர்களுக்கான பிரத்தியேக சேவையான டிஸ்கார்டு முதல் காணொளி உரையாடல் சேவைகளான ஜூம், கூகுள் மீட் உள்ளிட்டவற்றுக்கும் ஐ.ஆர்.சி தான் முன்னோடி.

இதுவரையான சமூக ஊடக வரலாற்றைத் திரும்பிப் பார்க்கும் முயற்சியில், சமூக ஊடகம் என நாம் பொதுவாகப் புரிந்து கொள்ளும் சேவைகள், தகவல் பலகை அமைப்பு, செய்தி விவாதக்குழு, இணைய சமூகங்கள் என ஒன்றுக்கொன்று தொடர்புடைய ஆனால் தனித்தனி இழைகளாக உருவாகி வளர்ந்ததை உணர்ந்திருக்கலாம். இந்த வகையில் இன்னொரு இழையாக ஆன்லைன் சாட் என குறிப்பிடப்படும் இணைய அரட்டை சேவை உருவானது.

மற்ற எந்த சமூக ஊடக சேவைகளையும்விட, இணைய அரட்டைதான் வெகுமக்களால் அதிகம் பயன்படுத்தப்படுவதாக இருப்பதோடு, அவர்கள் மீதும் சமூகத்தின் மீதும் அதிக தாக்கத்தை செலுத்துவதாக இருக்கிறது. சமூக ஊடக பயன்பாடு தீவிர விவாதங்களையும், சர்ச்சைகளையும் இணைய அரட்டையை மையமாகக்கொண்டுபுரிந்துகொள்ளலாம்.

பழைய தகவல் தொடர்பு முறையிலும், ஊடக பயன்பாட்டிலும் சமூக ஊடகம் பெரும் மாற்றத்தைக் கொண்டு வந்துள்ளது. இணைய அரட்டையே இதை முதலில் தீவிரமாக உணர்த்தியதாகவும் கருதலாம்.

இணைய அரட்டை உலகில் பயனாளிகள் தங்களுக்குள் தொடர்பு கொள்ளத் தனி மொழி வழக்கைக் கையாளத்துவங்கினர். அவர்கள் தங்களுக்கான பொதுவான விதிகளை உருவாக்கிக் கொண்டனர். இவை எல்லாம் சேர்ந்து அரட்டை சார்ந்த கலாச்சாரத்திற்கு வித்திட்டது. மனம் விட்டுச் சிரிக்கவேண்டும் எனில், எல்.ஓ.எல் என்றனர். உரத்த குரலில் பேசுவதற்கு நிகராக கருத்து தெரிவிக்க எல்லா எழுத்துகளையும் ஆங்கிலத்தில் பெரிய எழுத்தாக எழுதினர். பலவற்றை சுருக்கமாகச் சொல்ல சுருக்கங்களைப் பயன்படுத்த துவங்கினர். சுருக்கங்கள் போதாது என்று காட்சி எழுத்துகளையும் (இமோஜிகள்) பயன்படுத்தினர்.

அரட்டை அறை உரையாடல்கள் நடைபெறும் விதத்தைப் பார்த்து மொழி அறிஞர்கள், ஆங்கில மொழிக்கு வந்தது சோதனை என அஞ்சினர். உணர்வுகளை வெளிப்படுத்தும் காட்சி எழுத்துகளால் பொதுவாகவே மொழிகளுக்கு சோதனை என்றும் கருதப்பட்டது. அதற்கு முன்னாள், கம்ப்யூட்டர் வாயிலான எழுத்து வடிவிலான உரையாடலில் தகவல் தொடர்பு புரிதலில் பிழை ஏற்படலாம்

என இத்துறை அறிஞர்கள் கவலை கொண்டனர். நேர் சந்திப்பில் துணை செய்யும் உடல் மொழி குறிப்புகள் இல்லாமல் நடைபெறும் அரட்டை உரையாடல்களில் சொற்களின் நோக்கம் தவறான பொருள் தரலாம் என அஞ்சினர்.

அதே நேரத்தில் சராசரி இணைய பயனாளிகள், இணைய அரட்டையை மனதார தழுவிக்கொண்டனர். இணையத்தில் என்ன செய்வது எனும் கேள்விக்கான எண்ணற்ற பதில்களில், அவர்களுக்கு அதிகம் ஈர்ப்புடையதாக அமைந்தது, அரட்டை மூலம் பரஸ்பரம் உரையாடலாம் என்பதாக அமைந்தது. அதிலும், உள்ளூர் எல்லைகள் கடந்து எவரோடும் எந்த சேரமும் எது பற்றியும் பேசலாம் என்பது எல்லோரையும் கவர்ந்திழுத்தது. அதனால்தான், இணையம் பொதுமக்கள் மத்தியில் பிரபலமாகத்துவங்கியபோது, அரட்டை வசதி அதிகம் நாடப்படும் ஒன்றாக அமைந்தது. இன்றளவும் புதிய அரட்டை சேவைகள் தொடர்ந்து உருவாக்கப்பட்டு வருகின்றன.

இணைய அரட்டை அறைகளில் கலகலப்பான பேச்சுக் கச்சேரிகளும், கருத்து மோதல்களும் நிகழ்கின்றன. இணைய நட்புகள் மலர்கின்றன. மோதல்களும் வெடிக்கின்றன. கூட்டு முயற்சிகளும் அரங்கேறுகின்றன. இலக்கின்றிப் பொழுதைக் கழிக்கவும் உதவுகின்றன. இப்போது வாட்ஸ் அப் போன்ற சேவைகள் வடிவில் அலுவலகளையும், வர்த்தகத்தையும் மேற்கொள்ள முடிகிறது.

சமூக ஊடகத்தின் முக்கிய கிளையான இணைய அரட்டைக்கான விதை நாம் ஏற்கனவே பார்த்ததுபோல, பிளாட்டோ அமைப்பின் டாக்கோமேட்டிக் சேவைதான். முதல் அரட்டை வசதி என்றாலும், பிளாட்டோ வலைப்பின்னல் வரம்புகளைக் கொண்டிருந்ததால் எல்லோருக்கும் விரிவடையவில்லை.

மேலும் தகவல் பலகை சேவைகளிலும் பரஸ்பரம் பேசிக்கொள்ளும் வசதி இருந்தாலும், இவை நாளுக்கு ஒரு செய்தி எனும் அளவில் தான் இருந்தன. அப்போதைய கட்டமைப்பு வசதி அதற்கு மேல் அனுமதிக்கவில்லை. இதனிடையே, தி சோர்ஸ் ஆன்லைன் சேவையில் டாக்கர் எனும் அரட்டை வசதி அறிமுகமானது. கம்ப்யூசர்வ் ஆன்லைன் சேவையில் சிபி சிமுலேட்டர் எனும் அரட்டை வசதி அறிமுகமானது. இந்த இரண்டுமே வர்த்தக

நோக்கிலான சேவைகள் என்பதால் அவற்றின் அரட்டை சேவைகளும் குறிப்பிட்ட வாடிக்கையாளர்களுக்கானதாக அமைந்தன.

இந்தப் பின்னணியில்தான் பின்லாந்து மாணவர் ஜார்கோ ஆகாரினன் *(Jarkko Oikarinen)* ஐ.ஆர்.சி சேவையை உருவாக்கினார். ஓலூ *(University of Oulu)* பல்கலையில் படித்துக்கொண்டிருந்த ஜார்க்கோ, பல்கலையின் கம்ப்யூட்டர் அமைப்புகளுக்குப் பொறுப்பேற்றிருந்தார். பல்கலையில் பொது பயன்பாட்டிற்கான தகவல் பலகை சேவையும் இருந்தது. ஜார்க்கோ அதன் தீவிர உறுப்பினராக இருந்தார்.

தகவல் பலகையில் இருந்த தகவல் தொடர்பு வசதி வரம்புகள் கொண்டிருந்ததால் அதிருப்தி அடைந்த ஜார்க்கோ நிகழ் நேர தகவல் பரிமாற்றத்திற்கான வசதியை உருவாக்க விரும்பினார். அந்தக் காலகட்டத்தில் யூஸ்நெட் செய்திச்சேவை வசதி கம்ப்யூட்டர் பிரியர்கள் மத்தியில் நன்கறியப்பட்டதாக இருந்ததால், அதில் செய்திகளைப் பகிர்ந்து கருத்துத் தெரிவிப்பது போல எளிதாக ஒரு கம்ப்யூட்டர் சார்ந்த அரட்டை சேவையை உருவாக்க முற்பட்டார். இதன் பயனாக அவர் உருவாக்கிய மென்பொருள்தான் ஐ.ஆர். சி சேவை. துவக்கத்தில் தகவல் பலகை அமைப்பின் நீட்டிப்பாக உருவாக்க நினைத்தாலும், இறுதியில் தனிச்சேவையாகவே உருவானது. அவரது நண்பர்கள் *(Jyrki Kuoppala and Jukka Pihl)* முன்னதாக உருவாக்கியிருந்த நிரலும் இதன் ஒரு பகுதியாகப் பயன்படுத்திக்கொள்ளப்பட்டது.

இன்டர்நெட் ரிலே சாட் என்பது, இணையத்தின் மீதான தகவல் பரிமாற்றத்தைக் குறிக்கும். இணையத்தின் ஆதாரமான கிளையண்ட்-சர்வர் மாதிரி அடிப்படையில் இது செயல்பட்டது. இணைய இணைப்பு மூலம் கம்ப்யூட்டரில் அரட்டை மென்பொருளை திறந்தால் அதன் வாயிலாக மற்ற உறுப்பினர்களுடன் பேசலாம். பரஸ்பரம் பேசிக்கொள்ளலாம் மற்றும் பலருடன் ஒரே நேரத்தில் பேசலாம். இதற்கெனத் தனித்தனியே அறைகள் அல்லது சேனல்கள் அமைத்துக்கொள்வது சாத்தியமானது. மற்றவர்களுடன் பேச முற்படும்போது அந்தக் கோரிக்கை தொழில்நுட்ப நோக்கில் இலக்கு சர்வரை அடையும் முன் கிடைக்கும் சர்வர்கள் வழியே பயணிக்கும் தன்மை கொண்டிருந்தது. இந்தத் தொடர் தன்மையே ரிலே சாட் எனக் குறிப்பிடப்பட காரணமாயிற்று.

ஐ.ஆர்.சிக்கான முதல் சர்வர் பின்லாந்து பல்கலையில் அமைக்கப் பட்டது. அரட்டை அறையை நிர்வகிப்பவர்களுக்கு, மோசமாக நடந்துகொள்ளும் பயனாளிகளை வெளியேற்றும் உரிமை உள்ளிட்ட சலுகைகள் அளிக்கப்பட்டன. ஜார்க்கோவின் நண்பர் ஒருவர் கேட்டுக்கொண்டதற்கு இணங்க இந்த மென்பொருள் பல்கலைக்கு வெளியே இன்னொரு சர்வரில் பொருத்தப்பட இரண்டாவது சர்வர் இந்த வலைப்பின்னலில் இணைந்தது. பின்னர் கடல் கடந்து அமெரிக்காவுக்கும் தொடர்பு உண்டானது. அதன் பிறகு உலகம் முழுவதும் பரந்து விரியத்துவங்கியது.

இணைய அரட்டை வசதி 1988ஆம் ஆண்டு ஆகஸ்ட் மாதம் அறிமுகமானது. அதற்கு அடுத்த ஆண்டுதான் டிம் பெர்னர்ஸ் லீ, இணையம் மீதான அடுக்காகச் செயல்படக்கூடிய வைய விரிவு வலைக்கான (www) யோசனையை முன்வைத்தார். இந்த யோசனை 2 ஆண்டுகளுக்குப் பின் ஏற்கப்பட்டு, 1993இல்தான் வலை பொதுமக்கள் பயன்பாட்டிற்கு வந்தது.

ஆனால், இதற்குள் இணையம் வாயிலான தகவல் தொடர்பு வசதியாக ஐ.ஆர்.சி பரவலாகப் பயன்படுத்தப்பட்டது. சமூக ஊடகம் உள்ளிட்ட புதிய ஊடகத்தின் முக்கிய அம்சமான, பலர், பலருடன் தொடர்புகொள்வதையும் சாத்தியமாக்குகிறது. இணைய கலாச்சாரத்தின் இன்னொரு கூறாகவும் இந்தச் சேவை வளர்ந்தது.

ஐஆர்சி பயனாளிகளுக்கு புதுவித அனுபவத்தை சாத்தியமாக்கியதோடு தகவல் பரிமாற்றத்தில் புதிய எல்லைகளையும் தொட்டது. 1991இல் சோவியத் யூனியனில் கிளர்ச்சி வெடித்தபோது ஊடகத்தடையை மீறி, அங்கிருந்து ஐஆர்சி சானல் வாயிலாக தகவல்கள் பகிரப்பட்டன. இதேபோல, குவைத் மீதான ஈராக் ஆக்கிரமிப்பை அடுத்து உண்டான வளைகுடா யுத்தத்திலும் அங்கிருந்து செய்திகள் பெறுவதற்கான ஒரே வழியாக ஐஆர்சி சானல் அமைந்தது.

சமூக ஊடகங்கள் இன்று செய்திப் பகிர்வுக்கான வழியாக இருப்பதற்கான முக்கிய முன்னுதாரணங்களில் ஒன்றாக ஐஆர்சி அமைவதை உணரலாம். 1990களின் துவக்கத்தில் ஐஆர்சி சமூகத்திடையே மோதல் உண்டாகி, ஏ-நெட், இஎப்நெட் என இரு பிரிவு ஏற்பட்டது. பின்னர் இது முடிவுக்கு வந்தாலும்,

தொடர்ந்து பல்வேறு மோதல்கள் ஏற்படாமல் இல்லை. கொள்கை, அணுகுமுறை, சர்வர் அடிப்படையில் விதவிதமான ஐஆர்சி வலைப்பின்னல்கள் உண்டாயின.

புத்தாயிரமாண்டுக்கு பிறகு ஐஆர்சி செல்வாக்கு இழந்தாலும், தொடர்ந்து இந்த வசதியை ஈடுபாட்டுடன் பயன்படுத்தி வரும் தொழில்நுட்ப ஆர்வலர்கள் இருக்கின்றனர். பெரிய நிறுவனங்களின் ஆதிக்கம் இல்லாத பாதுகாப்பான தகவல் பரிமாற்ற சேவையாக கருதப்படுகிறது. ஐ.ஆர்.சி.நெட், பிரிநோட் உள்ளிட்ட சமூகங்கள் இந்த சேவையை தொடர்ந்து வழங்குகின்றன.

ஐஆர்சி சேவையில் இன்னொரு புதுமையும் அறிமுகமானது. இந்த சேவையை அடிப்படையாக கொண்டு தானியங்கி உரையாடலுக்கான நிரல்களை உருவாக்கலாம். அதாவது, உறுப்பினர்கள் கேள்விகளுக்கு நிரல்கள் தானாக பதில் சொல்வது சாத்தியமாயிற்று. இந்த வசதியை பயன்படுத்தி பயனாளிகளுடன் தானாக உரையாடும் மென்பொருள்களும் உருவாக்கப்பட்டன. இவை பாட்கள் என அழைக்கப்பட்டன. சாட்ஜிபிடி உள்ளிட்ட சாட்பாட்களுக்கான முன்னோடிகள் இந்த சாட்பாகள். ஐஆர்சி சானல்களில், இன்போபாட் எனும் அரட்டை மென்பொருள் பிரபலமாக இருந்தது.

8. எதிர்பாராமல் நிகழ்ந்த அரட்டை அற்புதம்!

இணைய அரட்டை வரலாற்றில், ஐ.ஆர்.சிக்குப் பின் நீண்ட வரலாறு தொடரும் நிலையில், இரண்டு சேவைகளை மைல்கற்களாகக் கருத வேண்டியிருக்கிறது. ஒன்று 1997இல் அறிமுகமான எய்ம் *(AIM)*, மற்றொன்று ஐ.சி.கியூ.*(ICQ)*

எய்ம் சேவை, அமெரிக்கா ஆன்லைன் *(AOL)* நிறுவனத்தால் அறிமுகம் செய்யப்பட்ட மெசேஜிங் சேவை. அமெரிக்கா ஆன்லைன் வலை அறிமுகமான காலத்தில் கொடிகட்டிப் பறந்த இணைய நிறுவனம். இணைய சேவைக்கான தொடர்பை வாடிக்கையாளர்களுக்கு வழங்கியது. நிறுவனம் இணைப்பிற்காக வாடிக்கையாளர்களுக்கு அனுப்பிவைத்த சிடி இணைய வரலாற்றின் அடையாளங்களில் ஒன்று.

அமெரிக்கா ஆன்லைன் இன்ஸ்டண்ட் மெசேஜிங் என்பதன் சுருக்கமான எய்ம் சேவை எந்தப் பரபரப்பும் இல்லாமல் அறிமுகமானது.

எய்ம் சேவை உருவான விதமே சுவாரஸ்யமானது. அதோடு இந்த சேவையின் தன்மையையும். அதன் சூழலையும் உணர்த்தக்கூடியது.

ஏ.ஓ.எல் ஊழியர்கள் பேரி ஆப்பிள்மேன், எரிக் போஸ்கோ *(Barry Appleman, Eric Bosco)* எய்ம் சேவையை உருவாக்கினர். ஜெரி ஹாரிஸ்

என்பவரும் இணைந்திருந்தார். இந்த மூவரும், பொறியாளர்கள் குழுவுடன் இணைந்து நிர்வாகத்திற்குத் தெரியாமல் ரகசியமாக எய்ம் சேவையை உருவாக்கி வந்தனர். ஏனெனில் ஒரு புதிய தகவல் தொடர்பு சேவையை நிறுவனம் எதிர்பார்க்கவும் இல்லை, விரும்பவும் இல்லை.

இணைய சேவை நிறுவனமாக எல்லாம் நன்றாகப் போய்க் கொண்டிருக்கையில் புதிதாக ஒரு சேவை எதற்கு? என நிர்வாகம் நினைத்தது.

எய்ம் சேவை என்றதும் அதன் பழைய பயனாளிகள் பலருக்கும் முதலில், பட்டி லிஸ்ட் *(Buddy List)* என அழைக்கப்பட்ட அதன் நண்பர்கள் அல்லது சகாக்கள் பட்டியலே நினைவுக்கு வரும். நண்பர்கள் பட்டியல் என்பது நவீன கால சமூக வலைப்பின்னல் சேவைகளிலும், மெசேஜிங் சேவைகளிலும் முக்கிய அங்கம் வகிக்கின்றன. பின்தொடர்பாளர்கள் போன்றவை இதன் நீட்சியே.

எய்ம் சேவையில், நுழைந்ததுமே சகாக்கள் யார் இருக்கின்றனர் எனக் கண்டறிந்து அவர்களோடு உரையாடத் துவங்கலாம். உரையாடல்கள் அலுவல் நிமித்தமாகவும் இருக்கலாம், வீணில் பொழுதைக் கழிப்பதாகவும் இருக்கலாம். தங்களை மறந்து உரையாடு வதாகவும் அமையலாம். எப்படி இருந்தாலும், இணையம் வழியே நிகழ்ந்த இந்த உரையாடல்களை அற்புதம் என வர்ணிக்கலாம்.

எய்ம் சேவையின் ஆதார அம்சமாக அமைந்த இந்த நண்பர்கள் பட்டியலே முதலில் அறிமுகமானது என்பதுதான் விநோதம். இதிலிருந்தே எய்ம் சேவை உருவானது.

எய்ம் சேவை, ஏஓஎல் நிறுவனத்தில் அழையா விருந்தாளியாக உருவான சேவை என்பதைப் பார்த்தோம் அல்லவா! இந்த சேவையை உருவாக்கியவர்களில் ஒருவரான ஆப்பிள்மேன், 1993ஆம் ஆண்டு நிறுவனத்தில் இணைந்தார். அடுத்த ஆண்டு நிறுவனம், கட்டண விகிதத்தில் முக்கிய மாற்றத்தைக் கொண்டு வந்தது. அதற்கு முன் மணிக்கணக்கில் கட்டணம் வசூலிக்கப்பட்ட நிலையில், இப்போது பொதுவான கட்டணம் அறிமுகம் செய்யப்பட்டது.

எத்தனை மணி நேரம் பயன்படுத்தினாலும் ஒரே கட்டணம் என்பதால், பயனாளிகள் தயக்கம் இல்லாமல் இணையத்தைப்

பயன்படுத்தத் துவங்கினர். அதிக பயனாளிகள் அதிக நேரம் இணையத்தில் இணைந்திருந்தனர். இந்தச் சுமை நிறுவன சர்வர்களைப் பாதித்தது. இதை சமாளிக்கும் முயற்சியில் ஈடுபட்டிருந்த ஆப்பிள்மேன், சர்வர்கள் அமைப்பில் ஒரு விஷயத்தைக் கவனித்தார். பயனாளிகள் யாரெல்லாம் இணையத்தில் இருக்கின்றனர் என்பதை அறியும் வசதிதான் அது.

ஏஓஎல் அந்தக் காலத்தில் இணைய பயன்பாட்டைக் கண்காணித்துக் கட்டுப்படுத்துவதில் கவனம் செலுத்தியதால், இணையத்தில் உள்ள பயனாளிகளை அடையாளம் கொள்ளும் வகையில் ஏற்பாடு செய்யப்பட்டிருந்தது. பயனாளிகளும் இதைக் காணலாம் என்றாலும், தங்கள் நண்பர்களில் யார் இணையத்தில் இருக்கின்றனர் என்பதைத் தெரிந்துகொள்ள முடியாது. ஒரு சில பயனாளிகள் இதற்கெனச் சிறிய நிரல் எழுதி, நண்பர்களைக் காண்பது உண்டு.

இதைப் பார்த்த ஆப்பிள்மேன், இணையத்தில் யார் எல்லாம் இருக்கின்றனர் என்பதைப் பயனாளிகள் தெரிந்துகொள்ளும் வசதியை உருவாக்கினார். கணக்கை உருவாக்கப் பயன்படுத்திய பெயர் கொண்டு இதை அறியலாம். இதன் அடுத்த கட்டமாக, இந்தப் பட்டியலைக் கொண்டு, நண்பர்களோடு உரையாடும் வசதியை உண்டாக்குவதற்கான மென்பொருளை உருவாக்கத் துவங்கினர். இதுவே எய்ம் சேவையாக அறிமுகமானது.

எய்ம் மென்பொருளை சோதித்துப்பார்க்க ஆப்பிள்மேன் குழுவுக்கு நிர்வாகத்தின் அனுமதி தேவைப்பட்டது. ஆனால், நிர்வாகத்திற்கு தெரியாமல் உருவானது என்பதால் நேரடியாகக் கேட்காமல், குறுக்கு வழியில், பயன்பாட்டில் இல்லாத சர்வர் ஒன்றைப் கேட்டுப்பெற்று அதில் எய்ம் மென்பொருளைப் பதிவேற்றினர்.

ஆக, எய்ம் சேவை திட்டமிடலோ, அறிவிப்போ இல்லாமல் அறிமுகமானது. ஆச்சர்யப்படும் வகையில், அந்த மென்பொருளை ஆயிரம் பேர் வரை பயன்படுத்தினர். இது நிர்வாகிகளின் கவனத்திற்கு வந்து வியப்பை ஏற்படுத்தியது. பயனாளிகள் வரவேற்பை மீறி அதிகாரிகள் இந்த சேவையை விரும்பவில்லை. இதைத் தேவையில்லாத சேவை என்றும் நிறுவன வர்த்தகக் கொள்கைக்கு எதிரானது என்றும் கருதினர்.

ஏ.ஓ.எல் இணைய இணைப்பிற்கு கட்டணம் வசூலித்துக் கொண்டிருந்தது. நிறுவன சேவைகள் எல்லாமே கட்டணம் சார்ந்தவை என்பதால், இலவசமாக ஒரு சேவையை அறிமுகம் செய்வதை நிர்வாகிகளால் பொறுத்துக்கொள்ள முடியவில்லை. எனவே எய்ம் சேவையை மூடிவிட நினைத்தனர்.

இதுபோன்ற சூழலை எதிர்பார்த்தோ என்னவோ, ஆப்பிள்மேன் குழுவினர் எய்ம் மென்பொருளில் ஒரு விநோதத் தன்மையை வைத்திருந்தனர். அந்த மென்பொருளை நீக்க முடியாமல் அமைத்திருந்தனர். யாரேனும் நீக்க முயற்சி செய்தால், அது வேறு எங்கேனும் பாய்ந்து அப்படியே கம்ப்யூட்டர் அமைப்பில் ஒட்டிக்கொண்டிருக்கும். இதன் காரணமாக எய்ம் சேவையைத் தடுத்து நிறுத்த முடியவில்லை.

இதனிடையே அமெரிக்காவில் பங்குச் சந்தை வர்த்தகத்தில் ஈடுபட்டிருந்த பல நிறுவனங்களில் எய்ம் மென்பொருள் நிறுவப்பட்டிருந்தது. அதை நீக்க முடியவில்லை என்பதோடு ஊழியர்கள் பங்கு வர்த்தக தகவல்களுக்காக அந்த சேவையை விரும்பிப் பயன்படுத்தத் துவங்கியிருந்தனர். இதுபோன்ற காரணங்களால் நிறுவனம் வேறு வழியில்லாமல் எய்ம் சேவையை அனுமதித்தது.

ஆனால், பயனாளிகள் இந்தச் சேவையை விரும்பி ஏற்றுக்கொண்டனர். எய்ம் மென்பொருளை நிறுவி இணையத்தில் கருத்துப் பரிமாற்றத்தில் ஈடுபடுவதை விரும்பினர். அக்கால இளைஞர்களுக்கான தகவல் தொடர்பாக இது அமைந்தது. மேலும் மேலும் பலர் இணைந்தனர். அப்போது செல்போன் தொடர்பு எல்லாம் சாமானிய மக்களுக்கு எட்டாக்கனியாக இருந்தது என்பதை நினைவில் கொள்ள வேண்டும்.

இளம் பயனாளிகள் கவரும் பல அம்சங்கள் எய்ம் சேவையில் இருந்தது. முதலில் பயனாளிகள் தங்களுக்கான திரைப்பெயரை தேர்வு செய்து கொள்ளலாம். இது நிஜப்பெயராக இருக்கலாம், புனைபெயராக இருக்கலாம். இந்தப் பெயர்தான் பயனாளிகளின் இணைய அடையாளம். அதோடு, பயனாளிகள் தங்களுக்கான அறிமுகம் மற்றும் இதர தகவல்களையும் தெரிவிக்கலாம். சமூக வலைப்பின்னல் தளங்களில் தற்போது பிரபலமாக இருக்கும்

புரபைல் எனப்படும் அறிமுகத் தகவல்களின் மூல வடிவமாக இதைக் கருதலாம்.

எய்ம் சேவை நிகழ் நேரத் தகவல் தொடர்பு சேவையாகும். அதாவது உடனடியாகத் தொடர்புகொண்டு தகவல்களை நிகழ் நேரத்தில் பரிமாறிக்கொள்ளலாம். இந்தத் தன்மை காரணமாகவே வர்த்தக அலுவலகங்களில் தகவல் தொடர்பிற்காக அதிகம் பயன்படுத்தப்பட்டது. ஆனால், பயனாளிகள் உணவு இடைவேளை போன்றவற்றுக்காக வெளியே செல்லும்போது தகவல் தொடர்பு தடைபடும் நிலை இருந்தது. இதற்காக, வெளியே செல்லும் போது அதைக் குறிப்பிடும் வசதி அறிமுகம் செய்யப்பட்டது. இதற்கு அவே மெசேஜ் எனப்பெயர். வெளியே செல்கிறேன் என்றோ, வேலையில் இருக்கிறேன் என்றோ இதன் மூலம் தெரிவிக்கலாம்.

செய்திகளைப் பின்னர் பார்த்துப் பதில் அளிக்கும் வசதி இருந்தாலும், புதிய செய்திகள் வரும்போது கண்டுகொள்ளாமல் இருப்பது இணைய கலாச்சாரத்திற்கு எதிராகக் கருதப்பட்டதால் பயனாளிகள் அவே மெசேஜ் மூலம் தங்களின் நிலையை உணர்த்துவதை வழக்கமாகக் கொண்டிருந்தனர். இளம் பயனாளிகள் மத்தியிலும் இந்த வசதி பிரபலமானது. தங்கள் இருப்பையும், மனநிலையையும் தெரிவிக்க இந்த வசதியை பயன்படுத்தினர். இந்த வசதி ஒருவித சுய வெளிப்பாடாகவும் அமைந்தது. இப்போதைய நிலைத்தகவல்களின் ஆதிவடிவமாகவும் இதைக் கருதலாம்.

உரையாடல் வசதியும் பயனாளிகளை ஈர்த்தது. இமெயிலின் தன்மையோடு, ஆனால் சுருக்கமாக, குறிப்பாக நிகழ் நேரத்தில் கருத்துப் பரிமாற்றம் செய்ய முடிந்தது. விளைவு எய்ம் சார்ந்த அரட்டை அறைகள் செழித்து வளர்ந்தன. அரட்டை அறைகளுக்கான தனி மொழியும் வளர்ந்தது. பெற்றோர்கள் தலையீடு இல்லாமல் பிள்ளைகள் கருத்துப் பரிமாற்றம் செய்வதற்கான வழியாகவும் அமைந்தது.

நிறுவனம் எதிர்பாராத விதத்தில் எய்ம் சேவை பெரிய வெற்றி பெற்றது. இதன் பயனாக மைக்ரோசாப்ட், யாஹூ போன்ற போட்டி நிறுவனங்களும் மெசேஜிங் சேவைகளை அறிமுகம் செய்தன. சில ஆண்டுகளில் பிளாக்பெரி நிறுவனம் தனது

செல்போன்களுக்கான பிரத்யேக மெசேஜிங் சேவையை அறிமுகம் செய்தது. ஆனால், எய்ம்தான் முன்னணியில் இருந்தது. இதனிடையே எய்ம் சேவை சார்ந்து ஸ்மார்ட்டர் சைல்டு எனும் தானியங்கி சாட்பாட் சேவையும் அறிமுகமாகி வரவேற்பை பெற்றது.

எனினும், புத்தாயிரமாண்டிற்குப் பின் நவீன சமூக ஊடகங்கள் வளர்ச்சி மற்றும் பிரத்யேக மேசேஜிங் சேவைகள் போன்றவற்றால் எய்ம் சேவை பின்னுக்குத்தள்ளப்பட்டு 2017ஆம் ஆண்டு முழுவதுமாக விலக்கிக் கொள்ளப்பட்டது. இருப்பினும் நவீன சமூக வலையில் எய்ம் சேவையின் அடித்தடங்கள் மிக ஆழமாகவே பதிந்திருக்கின்றன.

9. 'நான் உன்னை நாடுகிறேன்'

உடனடி மெசேஜிங் பிரிவில் எய்ம் தவிர கவனத்தில் கொள்ள வேண்டிய இன்னொரு முக்கிய சேவை இருக்கிறது. ஐசிகியூ *(ICQ)* எனும் புதுமையான பெயர் கொண்ட அந்த சேவை எய்ம் சேவைக்கு முன்னரே அறிமுகமானது. இஸ்ரேல் நாட்டைச்சேர்ந்த மிராபிலிஸ் *(Mirabilis)* எனும் நிறுவனம் இதை அறிமுகம் செய்தது. ஏர் கோல்ட்பிங்கர் உள்ளிட்ட ஐந்து மென்பொருள் வல்லுனர்கள் இந்தச் சேவையை உருவாக்கினர். இதில் தந்தை மகன் கூட்டணியான ஆரிக் வார்டி மற்றும் யோஸி வார்டி ஆகியோரும் அடக்கம்.

*1996*ஆம் ஆண்டு இந்தச் சேவை அறிமுகமானது. யூனிக்ஸ் கம்ப்யூட்டர்களுக்கு இடையே தகவல் தொடர்பு சாத்தியமானது போல, எல்லா வகை பர்சனல் கம்ப்யூட்டர்களுக்கும் இடையே நேரடித் தகவல் தொடர்பை சாத்தியமாக்கும் வகையில் ஐசிகியூ அமைந்திருந்தது. ஆங்கிலத்தில் நான் உன்னை நாடுகிறேன் *(I Seek You,)* என்பதன் சுருக்கமாக இந்தச் சேவையில் பெயர் இருந்தது.

கம்ப்யூட்டர்கள் கொண்டு மிக எளிதாக சக பயனாளிகள், நண்பர் களுடன் நிகழ் நேர உரையாடலில் ஈடுபட இந்தச் சேவை உதவியது.இந்தச் சேவையில் இணைந்ததும் பயனாளிகளுக்கு ஒரு தனி அடையாள எண் வழங்கப்பட்டது. அதுவே

அவர்களுக்கான நுழைவுச் சொல் மற்றும் இணைய அடையாளம். அனைவருக்கும் வெளிப்படையாகத் தெரிந்த இந்த எண்ணுடன் இமெயில் உள்ளிட்ட தனிப்பட்ட தகவல்களைப் பயனாளிகள் இணைத்துக்கொள்ளலாம்.

இந்தச் சேவை பயனாளிகளுக்கான தேடல் பட்டியலையும் கொண்டிருந்தது. உறுப்பினர்கள் தங்களுக்கான தொடர்புகளைத் தேடிக் கண்டுபிடித்துக்கொள்ளலாம். இதன் மூலம் நண்பர்கள், உறவினர்களை எளிதாகக் கண்டறியலாம். பின்னர் ஆடியோ மற்றும் வீடியோ உரையாடல் வசதிகளும் அறிமுகம் ஆயின.

மிக எளிதாக இருந்த இந்தச் சேவை இஸ்ரேல், ரஷ்யா உள்ளிட்ட ஐரோப்பிய நாடுகளில் பிரபலமானது. 1998ஆம் ஆண்டு ஏ.ஓ.எல் நிறுவனம், இந்தச் சேவையைக் கையகப்படுத்தியது. எனினும் இதே பெயரில் குழுவினரே தொடர்ந்து நடத்த அனுமதி அளித்தது. 2010ஆம் ஆண்டு வாக்கில் ரஷ்ய நிறுவனம் மெயில். ஆர்யூ இதை வாங்கியது. தொடர்ந்து செயல்பாட்டில் இருந்த ஐசிகியூ சேவையை 2024ஆம் ஆண்டு மே மாதம் நிறுத்திக்கொள்வதாக ரஷ்ய நிறுவனம் அறிவித்தது.

உடனடி செய்திச் சேவையில் மற்றொரு அத்தியாயம் முடிவுக்கு வந்தது.

10. பயனர்களை நாடிவந்த வர்த்தக வலை

வெல் இணைய சமூகம் உருவான அதே 1985 ம் ஆண்டு, அறிமுகமான ஜெனி (GEnie) வலைப்பின்னலை, சமூக ஊடகம் என வகைப்படுத்த முடியுமா? என்பது விவாதத்திற்கு உரியது. எனினும், இந்த சேவை சமூக ஊடகத்தின் கூறுகளைக் கொண்டிருந்தது என்பதும், சமூக ஊடக வரலாற்றிலும், வளர்ச்சியிலும் ஒரு அங்கமாக இருக்கிறது என்பதை மறுக்க முடியாது.

சமூக ஊடக முன் வரலாற்றை விவரிக்கும் சில கட்டுரைகளில், முதலில் துவங்கப்பட்ட இணைய சமூகங்களில் ஒன்றாக ஜெனியும் குறிப்பிடப்படுகிறது. எனினும், தகவல் பலகை சேவை போல அல்லது வெல் சேவை போல முற்றிலும் பயனாளிகளுக்கான தகவல் தொடர்பை சாத்தியமாக்குவதை மையமாகக் கொண்டு இது உருவாகவில்லை. மாறாக ஜெனி வர்த்தக நோக்கில் வலைப்பின்னல் வசதியை அளிக்கும் சேவையாக அறிமுகமானது.

கம்ப்யூட்டர் வலைப்பின்னலில் இணையும் வசதியை சாத்தியமாக்கிய அளவில் ஆன்லைன் வசதியை வழங்கிய முன்னோடி சேவைகளில் ஒன்றாக அமைகிறது. அதன் துணை அம்சமாக, தகவல் தொடர்பு, கேம் வசதி, இமெயில், செய்திச் சேவை உள்ளிட்டவற்றையும் பயனாளிகளுக்கு வழங்கியது. அதிலும் குறிப்பாக, வட்ட மேஜை எனும் பெயரில் வழங்கப்பட்ட வசதி, பயனாளிகள் தங்களுக்கான மெய்நிகர் சமூகத்தை அமைத்துக்கொள்ள வழிசெய்ததாகக் கருதலாம். 1980களில், ஏற்கனவே கம்ப்யூசர்வ், புரோடிஜி மற்றும் தி சோர்ஸ் ஆகிய

நிறுவனங்கள் வர்த்தக நோக்கில் கம்ப்யூட்டர் வலைப்பின்னலில் இணையும் ஆன்லைன் சேவைகளை வழங்கிக் கொண்டிருந்த நிலையில், 198இல், மின் சாதனங்கள் தயாரிப்பில் புகழ்பெற்று விளங்கிய ஜெனரல் எலெக்ட்ரிக் நிறுவனம், ஜெனரல் எலெக்ட்ரிக் தகவல் சேவை எனும் பெயரில் ஆன்லைன் வசதியை அறிமுகம் செய்தது. இதன் ஒரு பகுதியாகத் தகவல் பரிமாற்றத்திற்கான ஜெனரல் எலெக்ட்ரிக் வலைப்பின்னல் *(GEnie - General Electric Network for Information Exchange)* வசதி அறிமுகமானது. சுருக்கமாக 'ஜெனி'.

தகவல் பலகை, வெல், யூஸ்நெட் போன்ற சேவைகள் பயனாளிகளை மையமாகக் கொண்டே உருவாக்கப்பட்டன. வர்த்தகம் அல்லது லாப நோக்கம் என்பது இவற்றில் கிடையாது. இந்தப் பின்னணியில் ஜெனரல் எல்க்ட்ரிக் போன்ற பெரிய வர்த்தக நிறுவனம் ஆன்லைன் சேவையை வழங்க விரும்பியதற்கான காரணம், வணிக நோக்கில் ஆன்லைன் இணைப்பை பயன்படுத்தலாம் என்பதுதான்.

1980 களில் தனிநபர் கம்ப்யூட்டர்கள் பயன்பாட்டிற்கு வரத்துவங்கி யிருந்தாலும், கம்ப்யூட்டர் பயன்பாடு என்பது பிரதானமாகத் தொழில்முறை சார்ந்தும், தொழில்நுட்பப் பொழுதுபோக்கு சார்ந்துமே அமைந்திருந்தது. கம்ப்யூட்டர்களின் விலை அதிகம், அவற்றை இயக்கத் தொழில்நுட்ப அறிவு தேவை உள்ளிட்டவை இதற்கான காரணங்கள்.

அதே நேரத்தில், மெயின்பிரேம் கம்ப்யூட்டர்களைச் சொந்தமாக வைத்திருப்பதும் பெரும்பாலும் பெரிய நிறுவனங்களுக்கே சாத்தியமானது. இவற்றில் சில நிறுவனங்கள் தங்கள் வசம் இருந்த மெயின்பிரேம் கம்ப்யூட்டர்களை நேரப் பகிர்வு அடிப்படையில் சிறிய நிறுவனங்கள் பயன்படுத்திக்கொள்ளும் சேவையை வழங்கின. டெலிடைப் என சொல்லப்படும் டெர்மினல்கள் மூலம் நிறுவனங்கள் மெயின்பிரேம் கம்ப்யூட்டர்களைப் பயன்படுத்திக் கொண்டன. பெரும்பாலும் இவை வர்த்தக நிறுவனங்களுக்கு வணிக நோக்கிலேயே வழங்கப்பட்டன.

இதற்கு மாறாக, நுகர்வோருக்கு ஆன்லைன் சேவையை வழங்கும் வர்த்தக சேவைகளாக கம்ப்யூசர்வ், புரோடிஜி, தி சோர்ஸ் ஆகியவை உருவாகின. 1980 களில் இந்தச் சேவைகள் ஒவ்வொன்றும் பல்லாயிரக்கணக்கான வாடிக்கையாளர்களைப் பெற்றிருந்தன.

ஜெனரல் எலெக்ட்ரிக் நிறுவனம் வசம், மார்க்- 3 மெயின்பிரேம் கம்ப்யூட்டர் இருந்தது. நேரப் பகிர்வு அடிப்படையில் இந்த கம்ப்யூட்டர் சிறிய நிறுவனங்களுக்கு அளிக்கப்பட்டாலும், இரவு நேரத்தில் இயக்கப்படாமலே இருந்தன. இதை வீணாக்காமல் பயன்படுத்திக்கொள்வதற்காக நுகர்வோருக்கு ஆன்லைன் சேவை வழங்கத் தீர்மானிக்கப்பட்டது. ஜெனி இப்படித்தான் துவங்கியது.

சாம்பர்லைன் எனும் நிர்வாகி இந்த யோசனையை முன்வைத்தார். ஏற்கனவே கம்ப்யூசர்வ் நிறுவனத்தின் ஆன்லைன் சேவைகளுக்குப் பொறுப்பு வகித்த பில் லூடன் *(Bill Louden)* இந்தத் திட்டத்திற்காக அழைக்கப்பட்டு முக்கியப் பொறுப்பு ஏற்றுக்கொண்டார். ஒரு மணி நேரப் பயன்பாட்டிற்கு 5 டாலர் எனும் கட்டணத்தில் சேவை அளிக்கப்பட்டது. இணைப்பின் வேகம் குறைவாகவே இருந்தது என்றாலும் கம்ப்யூட்டர் இணைப்பே புதுமையானது என்பதால் பலரும் பொருட்படுத்தவில்லை.

ஜெனி, தகவல் பலகை வசதி, இமெயில் சேவை, செய்திச் சேவை உள்ளிட்ட வசதிகளை அளித்தது. இந்த வலைப்பின்னலுக்கு என்று பிரத்தியேகமாக கேம்களும் உருவாக்கப்பட்டன. பிரதானமாக வரி வடிவ சேவையாகவே இருந்தது.

ஜெனி வழங்கிய சேவைகளில் வட்ட மேஜை *(RoundTables)* வசதி பயனாளிகளை அதிகம் கவர்ந்தது. தகவல் பலகை மற்றும் விவாத வசதி கொண்டதாக அமைந்திருந்தது, பயனாளிகள் பரஸ்பரம் கருத்துகளைப் பரிமாறிக்கொள்வதோடு, ஏற்கனவே இருந்த பல தகவல்களை அணுகவும் முடிந்தது. பல்வேறு தலைப்புகளில் வட்ட மேஜைகள் துவக்கப்பட்டு நிர்வகிக்கப்பட்டன. தொழில்நுட்ப முக்கிய ஆளுமைகள் பலர் இதில் உறுப்பினர்களாக இருந்தனர். உலகின் முதல் டிஜிட்டல் நாடோடி என அழைக்கப்படும் ஸ்டீவ் ராபர்ட்ஸ் எனும் சுயேச்சை எழுத்தாளர், ஜெனி சேவையில் தனது கம்ப்யூட்டர் சைக்கிள் பயணம் பற்றிய வார கட்டுரையை எழுதினார்.

நிகழ் நேர விவாதத்திற்கு வழிசெய்த லைவ் வயர் சேவையும் பிரபலமாக இருந்தது. ஜெனி தனக்கெனப் பயனாளிகளைத் கொண்டிருந்தாலும், ஜெனரல் எலெக்ட்ரிக் நிறுவனம் இதைத் தனி சேவையாக வளர்த்தெடுக்க ஆர்வம் காட்டாததால், போட்டியை சமாளிக்க முடியாமல் தளர்ச்சி அடைந்து, 1996இல் வேறு ஒரு நிறுவனத்திற்கு விற்கப்பட்டு, 1999ல் மூடப்பட்டது.

11. மின்னஞ்சல் மன்றங்கள்

சமூக ஊடகங்கள் தொடர்பான விவாதங்களில், இமெயில் எனக் குறிப்பிடப்படும் மின்னஞ்சல்கள் சமூக ஊடகமாகக் கருதப்படலாமா? எனும் கேள்வி எழுவதைப் பார்க்கலாம். ஒரு சிலர் இமெயிலும் சமூக ஊடகமாகக் கொள்ளத்தக்கதே என அதன் தன்மையை உணர்ந்து கூறினாலும், பலரும் இமெயில் எப்படி சமூக ஊடகமாகும் எனும் கேள்வியைக் கேட்கலாம். சமூக வலைப்பின்னல் சேவைகள் புதியவை, இமெயில் பழைய தன்மை கொண்டது எனும் எண்ணம் இதற்கு ஒரு காரணமாக இருக்கலாம்.

இமெயில் சமூகத் தன்மை தொடர்பான விவாதம் ஒரு பக்கம் இருக்க, சமூக ஊடகத்தின் ஆரம்ப கால வளர்ச்சியில் மின்னஞ்சலுக்கும் முக்கிய பங்கு இருப்பதை சமூக ஊடகத்தின் வரலாற்றுப் பக்கங்களைத் திரும்பிப்பார்க்கும்போது உணரலாம்.

1980 களில், தகவல் பலகைகளும், யூஸ்நெட் விவாதக் குழுக்களும் பரவலாகப் பயன்படுத்தப்பட்டு வந்த சூழலில், இமெயில் குழுக்களும் தான் பிரபலமாக இருந்தன. மற்ற எந்தச் சமூக வடிவத்தையும் விட இமெயில் குழு எளிதாக இருந்தது. குறிப்பிட்ட தலைப்பில் ஒரு குழுவை அமைத்து அதில் உறுப்பினர்களாக இணைபவர்களின் இமெயில் பட்டியலை உருவாக்கினால் போதும். இமெயில் குழு செயல்பாட்டிற்கு வந்துவிடும்.

இமெயில் குழுவில் உறுப்பினர்கள் அறிவிப்புகளை வெளியிடலாம், கருத்துகளைப் பகிரலாம், விவாதத்தில் ஈடுபடலாம், ஆலோசனை கேட்கலாம். குழு மின்னஞ்சல் சேவை என்பது இணைய மன்றம் போல துடிப்புடன் இயங்கின.

இமெயில் குழுவில் பங்கேற்பதும் எளிது. பெரும்பாலானோருக்கு இமெயில் ஏற்கனவே அறிமுகமானது என்பதால், குழுவில் பங்கேற்பதில் எந்தச் சிக்கலும் ஏற்படுவது இல்லை. பரஸ்பர இமெயில் அனுப்புவது போலவே, இமெயில் குழுவிலும் பங்கேற்கலாம். மேலும், பகிரப்படும் செய்திகளையும், தகவல்களையும் படிப்பதற்காக அருமையான இடைமுகமும் உருவாகியிருந்தது.

குழுக்கள் குறிப்பிட்ட தலைப்பு அல்லது ஆர்வம் சார்ந்து அமையலாம். அதில் வெளியாகும் பதிவுகள் தனித்தனித் தலைப்புகளின் கீழ் இடம்பெறும். பதிவுக்கு ஒருவர் பதில் அளிக்கும் போது, பதிவின் வால் போல் அந்தப் பதில் அமைந்திருக்கும். தொடர்ந்து அளிக்கப்படும் பதில்கள் ஒரு நூல் போலத் தொடரும். குறிப்பிட்ட தலைப்பிலான விவாதங்களைப் பின்தொடர இந்த நூல் அமைப்பு உதவியாக இருந்தது. உரையாடல் சரட்டில் எந்த இடத்தில் இருந்தும் இன்னொரு இடத்திற்குச் செல்லலாம்.

முகவரி பெட்டி தேடி வந்த செய்திகள் மூலம் இப்படி விவாதங்களிலும் கருத்துப் பரிமாற்றத்திலும் ஈடுபடுவதற்கான இணைய அறைகளாக இமெயில் குழுக்கள் அமைந்தன. ஒரு கட்டத்தில் யாஹூ குழு, உள்ளிட்ட பல இமெயில் குழுக்கள் பிரபலமாக இருந்தன. ஒவ்வொன்றிலும் ஆயிரக்கணக்கான குழுக்கள் இயங்கின. (மன்னிக்கவும் ஜிமெயில் குழுக்களைக் குறிப்பிடாத காரணம், ஜிமெயில் இந்தக் காலகட்டத்தில் அறிமுகம் ஆகவே இல்லை).

துவக்கத்தில் பல்கலைக்கழகங்களைச் சேர்ந்தவர்களும், அறிஞர்களும் இமெயில் குழுக்கள் மூலம் துறை சார்ந்த கருத்துகளைப் பகிர்வதில் ஆர்வம் காட்டினர். வேதியியல் குழுவினர் உருவாக்கிய சி.சி. எல். இமெயில் குழு அதன் செயல்பாடுகளுக்காக இன்றளவும் பேசப்படுகிறது. அகழ்வாராய்ச்சிக் குழுக்களும் பிரபலமாக இருந்தன. பின்னர் சராசரி பயனாளிகளும் தங்களுக்கு விருப்பமான குழுக்களை அமைத்துக்கொண்டனர்.

இமெயில் குழுவில் இருக்கிறேன் என்பதை ஒருவர் தனக்கான இடத்தில் இருப்பதாக மன நிறைவுடன் அறிவித்துக்கொள்ளும் நிலை இருந்தது. இதெல்லாம் சாத்தியமாகக் காரணமாக இருந்தது ஒரு கல்லூரி மாணவர் என்பதுதான் இன்னும் ஆச்சர்யமானது.

இணையத்தின் மூல வடிவமான அர்பாநெட் வலைப்பின்னலிலேயே இமெயில் உருவாகிவிட்டது. அதே நேரத்தில், நேரப் பகிர்வு அடிப்படையில் இயங்கிய வலைப்பின்னல்களிலும் இமெயில் வசதி இருந்தது. இமெயில் வசதியுடன், இமெயில் பட்டியல் அமைத்துக் குழுவாகத் தொடர்புகொள்ளும் போக்கும் பழக்கத்தில் இருந்தது.

ஆனால், மெயின்பிரேம் கம்ப்யூட்டர் வலைப்பின்னல்களில் இமெயில் குழுக்களை நிர்வகிப்பது எளிதாக இல்லை. இமெயில் பட்டியலில் ஒருவரைச் சேர்ப்பது எளிதானது என்றாலும், பட்டியல் பெரிதாகும்போது செய்திகளைக் கண்டறிவது சிக்கலாக இருந்தது. எந்தச் செய்தியை யார் அனுப்பியது, யார் பதில் அளித்தது என அறிவது இன்னும் சிக்கலாக இருந்தது. யாரேனும் ஒருவரை நீக்க வேண்டும் அல்லது விலகச் சம்மதிக்கவேண்டும் எனில் உடனே செய்வது சாத்தியமாகவில்லை. எல்லாவற்றையும் கைகளால் தான் செய்யவேண்டியிருந்தது. எனவே ஆரம்ப கால இமெயில் பட்டியல்கள் உற்சாகம் அளிக்க கூடியதாக அமையவில்லை.

இந்த பின்னணியில் 1985ல், எரிக் தாமஸ் எனும் ஸ்வீடன் நாட்டு கல்லூரி மாணவர், பிரான்சின் பாரீஸ் நகரில் தனது சகாக்களுடன் அங்கிருந்த பல்கலைக்கழகங்களை எல்லாம் சுற்றிப்பார்த்துக்கொண்டிருந்தார். கம்ப்யூட்டர் ஆர்வலரான எரிக் தாமஸ், அங்கிருந்த பல்கலைக்கழகங்களில் கம்ப்யூட்டர்கள் எப்படி இருக்கின்றன என நேரில் பார்க்க விரும்பியதே இதற்குக் காரணம்.

ஏமாற்றம் தரும் வகையில் பல பல்கலைக்கழகங்களில் கம்ப்யூட்டரே இருக்கவில்லை. கம்ப்யூட்டர் அறிவியல் பாடத்திட்டங்கள் வழங்கிய பல்கலைகளில் மட்டும் கம்ப்யூட்டர் இருந்தன. அவையும் பழைய கம்ப்யூட்டர்களாக இருந்தன. நவீன கம்ப்யூட்டர்கள் இருந்த ஒரு சில கல்லூரிகளில் அவற்றை அணுகுவது கட்டுப்படுத்தப்பட்டதாக இருந்தது. குறிப்பிட்ட ஒரு பல்கலையில் நவீன ஐபிஎம் கம்ப்யூட்டர் இருப்பதைப் பார்த்தார். எரிக் ஐந்தாண்டுகளுக்கு மேல் ஐபிஎம் கம்ப்யூட்டரை இயக்கிய அனுபவம் கொண்டவர் என்பதால் அந்த கம்ப்யூட்டரை பயன்படுத்திப்பார்க்க விரும்பினார். ஆனால்

அவருக்கு அனுமதி கிடைக்கவில்லை. பல்கலை மாணவர்களே கம்ப்யூட்டர் பக்கம் அனுமதிக்கப்படாதபோது வெளியில் இருந்துவந்த ஒருவரை எப்படி கம்ப்யூட்டரை பயன்படுத்த அனுமதிப்பார்கள்?

எரிக் துணிந்து ஓர் உத்தியைக் கையாண்டார். கம்ப்யூட்டர் நிர்வாகியிடம் நேராகச் சென்று, கம்ப்யூட்டரை பயன்படுத்த அனுமதித்தால் அதற்கான மென்பொருளை உருவாக்கித்தருவதாக கூறினார். கம்ப்யூட்டர் பாதுகாப்பில் வல்லுனர் எனும் தகவல், கம்ப்யூட்டர் நிர்வாகியை இதற்கு ஒப்புக்கொள்ள வைத்தது. மாணவர்கள் சிலர் அண்மையில் கம்ப்யூட்டர் அமைப்பில் அத்துமீறி நுழைந்திருந்ததால் அதைக் கட்டுப்படுத்த நிர்வாகி விரும்பினார். எரிக்கும் ஒப்புக்கொண்டார்.

இதன் பயனாக எரிக் விரும்பும்போதெல்லாம் கம்ப்யூட்டரை பயன்படுத்த அனுமதி கிடைத்தது. அந்த கம்ப்யூட்டர் பிட்நெட் *(BITNET)* எனும் வலைப்பின்னலுடன் இணைந்திருந்தது. பிட்நெட் கூட்டுறவு அடிப்படையில் அமெரிக்காவில் உருவாகியிருந்த பல்கலைக்கழகங்களுக்கு இடையிலான வலைப்பின்னல். பின்னர் அமெரிக்கா தவிர கனடா, ஐரோப்பா நாடுகளின் பல்கலைகளும் இதில் இணைந்திருந்தன.

பிட்நெட் வலை சார்பில் 'வலைப்பின்னல் தகவல் மையம்' *(NIC)* எனும் பிரிவும் இயங்கியது. இந்தப் பிரிவு பல்கலைகளுக்கு இடையிலான மின்னஞ்சல் பட்டியலையும் நடத்தி வந்தது. *INFO@BITNIC* முகவரி மூலம் இதில் இணையலாம். பல்வேறு தலைப்புகளில் பட்டியல்கள் இருந்தன. ஆனால், இந்தப் பட்டியலை அணுகுவதும், செய்திகளைப் பகுப்பதும்தான் பெரும்பாடாக இருந்தது. இதை யாரும் பிரச்சனையாகவும் கருதவில்லை.

எரிக் இந்தச் சிக்கலுக்குத் தீர்வு காண தீர்மானித்தார். அவருக்கு ஏற்கனவே கம்ப்யூட்டருக்குள் ஒரு மெய்நிகர் கம்ப்யூட்டரை உருவாக்கி இயக்கும் திறன் இருந்தது. இணைப்பில் இல்லாத மெய்நிகர் கம்ப்யூட்டர்கள் எனக் குறிப்பிடப்பட்ட இந்த வசதி கம்ப்யூட்டர் பரிவர்த்தனை மற்றும் பாதுகாப்பில் உதவின. இந்த அம்சத்தைக் கொண்டு, இமெயில் பட்டியலைத் தானாக நிர்வகிக்கும் திறன் கொண்ட மென்பொருளை எரிக் உருவாக்கினார். ஏற்கனவே இருந்த 'லிஸ்ட்சர்வ்' வசதியின் மேம்பட்ட வடிவமாக

இது அறிமுகமானது. 1986ஆம் ஆண்டு முதல் வடிவம் வெளியானது.

இமெயில் பட்டியலை உருவாக்கிக் கையாள்வதை எளிதாக்கிய இந்த மென்பொருள் உறுப்பினர்கள் நடுவே நல்ல வரவேற்பைப் பெற்று பல்கலை வட்டாரங்களில் பரவின. அடுத்த சில ஆண்டுகளில் ஆயிரத்திற்கும் மேற்பட்ட குழுக்கள் உருவாக்கப்பட்டன. இமெயில் சார்ந்த விவாதத்திற்கு வழிவகுத்த லிஸ்ட்சர்வ் மென்பொருள் மேலும் பலரை ஈர்த்தது.

எரிக் பின்னர் எல்-சாப்ட் எனும் நிறுவனத்தைத் துவக்கி இந்த மென்பொருளை நிர்வகிக்கத் துவங்கினார். வலை மற்றும் பல்வேறு இயங்குதளங்களுக்கான லிஸ்ட்சர்வ் பதிப்புகளையும் வெளியிட்டார். இதனிடையே மற்ற மெயில் குழுக்கள் சேவையும் அறிமுகமாகிப் பிரபலமாயின. வைய விரிவு வலை அறிமுகமான பிறகு இ குழுக்கள் எனும் குழுவும், அதைச் சார்ந்து யாஹூ குழுவும் பிரபலமாயின. ஏற்கனவே யூஸ்நெட் விவாதக்குழு அறிமுகமாகிப் பயன்பாட்டில் இருந்தது இமெயில் குழுக்கள் வளர்ச்சியில் கைகொடுத்தது.

12. இணைய மன்றங்கள்
– நாம் இழந்த இணைய பேட்டைகள்

சமூக வரலாற்றில் இதுவரை நாம் இணையம் எனும் வலைப்பின்னல் பற்றி அதிகம் பார்க்கவில்லை. இதற்கு முக்கிய காரணம், சமூக ஊடகங்களின் ஆதார அம்சங்களைக் கொண்ட முன்னோடி சேவைகள் இணையம் எனும் வலைப்பின்னலுக்கு வெளியே சுயேச்சையாக உருவாகி வளர்ந்தன என்பதே. மேலும், இணையம் எனும் வலைப்பின்னல் இந்தக் காலகட்டத்தில் பொதுமக்கள் பயன்பாட்டிற்கு வரவில்லை. ராணுவ வலைப்பின்னலாகத் துவங்கி வளர்ந்த இணையம், பல்கலைகளிலும் ஆய்வு அமைப்புகளிலும் விரிவடைந்தாலும் பொதுமக்கள் பயன்பாட்டிற்கு வந்தது 1990 களில்தான். அதற்கு முன்னர்தான் ராணுவ பயன்பாட்டிற்கான மில்நெட் தனியே உருவாக்கப்பட்டு, அர்பாநெட் கலைக்கப்பட்டு, அதன் உள்கட்டமைப்பு தேசிய அறிவியல் அறக்கட்டளை அமைப்பிடம் ஒப்படைக்கப்பட்டது.

இதனிடையே நாம் ஏற்கனவே பார்த்ததுபோல தகவல் பலகைகளின் கூட்டு வலையான ஃபிடோநெட் உலகம் முழுவதும் விரிந்திருந்தது. யூஸ்நெட் குழுக்கள் துடிப்பான விவாதக் குழுக்களாக அமைந்திருந்தன. அரட்டை வசதி மட்டுமே இணையம் சார்ந்து உருவாகியிருந்தது.

இந்நிலையில், டிம் பெர்னர்ஸ் லீ உருவாக்கிய வைய விரிவு வலை, 1993 ல் பொதுமக்களுக்கு அறிமுகமானது. வைய விரிவு வலையை, இணையம் எனும் வலைப்பின்னல் மீது உருவாக்கப்பட்ட அடுக்கு என்றும், பிரவுசர்களால் அணுக் கூடிய இணையதளங்கள் (வலை மனைகள்) கொண்டிருக்கும் என்று புரிந்துகொள்ளலாம். இதில் உள்ள ஆவணங்கள் ஒன்றுக்கு ஒன்று இணைப்புகள் வாயிலாக அணுகக் கூடிய ஹைபர்லிங்க் தன்மை கொண்டிருந்தது என்பதையும் கவனிக்க வேண்டும்.

வலை வருவதற்கு முன் இணையத்தை அணுகுவது எளிதாக இல்லை. ஓரளவு தொழில்நுட்பம் தெரிந்தவர்களுக்கே இணையத்தை அணுகுவது சாத்தியமானது. ஆனால், வலை இணையத்தை அணுகுவதை எளிதாக்கி, எல்லோருக்குமானதாக்கியது.

இப்போது இணைய மன்றங்கள் அல்லது விவாதப் பலகைகள் எனக் குறிப்பிடப்படும் சேவைகளைப் பார்க்கலாம். ஆங்கிலத்தில் இவை இன்டர்நெட் பாரம் என குறிப்பிடப்படுகின்றன. 1990 களிலும், புத்தாயிரமாண்டுக்குப் பிறகு சில ஆண்டுகளும் இணைய மன்றங்கள் மிகவும் பிரபலமாக இருந்தன. இத்தகைய மன்றங்கள் நூற்றுக்கணக்கில் இருந்தன. ஒருசில பெரிய அளவில் வளர்ச்சி பெற்றாலும், அவரவர் நோக்கத்திற்கு, ஆர்வத்திற்கும் ஏற்ப அளவில சிறிய மன்றங்களும் அநேகம் இருந்தன.

இந்த மன்றங்களை மக்கள் கூடும் இணைய பேட்டைகள் எனப் புரிந்துகொள்ளலாம். உறுப்பினர்கள் இடையே இவை ஒருவித இணக்கத்தையும், ஒன்றாக உணரும் தன்மையையும் உண்டாக்கின. இந்த மன்றங்களில் மனம் திறந்து விவாதித்துள்ளனர். அறிவார்ந்த கருத்துப் பரிமாற்றங்களும் நிகழ்ந்தன. கேளிக்கையான பயன்பாடும் உண்டு. காரசார மோதல்களும் அரங்கேறின.

இணைய மன்றங்களுக்கான முதல் மென்பொருள் வைய விரிவு வலை கூட்டமைப்பால் உருவாக்கப்பட்டது. அதன் பின் பிஎச்.பி உள்ளிட்ட மென்பொருள்கள் அறிமுகமாயின. இந்த மென்பொருளை நிறுவி, விரும்பிய நோக்கத்திற்கான இணைய மன்றங்களை உருவாக்கிக் கொள்ளலாம்.

இணைய மன்றங்களுக்கு என்று ஒருவித அமைப்பும், அவற்றுக்கான தனி விதிகளும் இருந்தன. இந்த மன்றங்கள் சார்ந்து தனி

இணைய கலாச்சாரமும் உருவானது. இவற்றைப் பார்க்கும் முன், இணைய மன்றங்களின் தனித்தன்மையைப் புரிந்துகொள்ள வேண்டும். யூஸ்நெட் செய்திக் குழுக்கள், அரட்டை அரங்குகள் போன்றவற்றுடன் பொது அம்சங்களைக் கொண்டிருந்தாலும் இணைய மன்றங்கள் சில முக்கிய வேறுபாடுகளைக் கொண்டிருந்தன.

முதல் அம்சம், இந்த மன்றங்களில் விவாதிக்கப்படும் கருத்துகள் ஆவணப்படுத்தப்பட்டிருந்தன. எனவே பழைய கருத்துகளை எளிதாக அணுகலாம். விவாத சரட்டை தொடர்ச்சியாக கவனிக்கலாம். இன்னொரு முக்கிய அம்சம், இந்த மன்றங்கள் பெரும்பாலும், உரையாடலை நிர்வகிக்க நெறியாளர் ஒருவரைக் கொண்டிருந்தன. மன்றங்களில் உரையாட பொதுவான விதிமுறைகள் இருந்தன. உறுப்பினர்கள் மன்றத்தில் இணைய அனுமதி பெற்றதும், வரவேற்புப் பதிவில் பொதுவான விதிகள் சுட்டிக்காட்டப்பட்டன. விவாதங்களில் ஏற்கனவே கேட்கப்பட்ட கேள்விகள் தவிக்க கேட்டுக்கொள்ளப்பட்டன.

மற்றபடி விவாதங்கள் உற்சாகமாக நடைபெற்றன. பெரும்பாலான மன்றங்கள் துணைத் தலைப்புகளிலும் தனியே விவாதம் நடந்தது. உறுப்பினர்கள் தங்களுக்கு விரும்பிய பிரிவில் நுழைந்து உரையாடலில் பங்கேற்கலாம். குறிப்பிட்ட தலைப்பில் விவாதத்தையும் துவக்கலாம். எல்லாம் பிரிவிலும், உறுப்பினர்கள் எண்ணிக்கை, கருத்துகள், பதில்கள் போன்ற தகவல்கள் குறிப்பிடப்பட்டிருக்கும். விவாதங்கள் முடித்து வைக்கப்பட்டிருந்தால் அதில் மேற்கொண்டு பதில் அளிக்க முடியாது.

உறுப்பினர்கள் என்ன கேள்வி வேண்டுமானாலும் கேட்கலாம். சில கேள்விகள் கருத்து நோக்கில் இருக்கலாம். சில தகவல் கோரலாக அமையலாம். யாரேனும் அவற்றுக்குப் பொருத்தமான பதில்களை அளிப்பார்கள். பல நேரங்களில் நடைமுறை ஆலோசனை அல்லது வழிகாட்டுதல் கொண்ட பதில்கள் அளிக்கப்படும். மனக்குமுறலை வெளிப்படுத்தினால் சக உறுப்பினர்கள் ஆறுதல் சொல்வார்கள். அச்சத்தை வெளிப்படுத்தினால் மனதைரியம் அளிப்பார்கள்.

அதோடு பல இணையதளங்களும் இத்தகைய கருத்துப் பரிமாற்றம் நிகழ்வதற்கான இணைய மன்றம் அல்லது செய்திப் பலகை பகுதிகளை கொண்டிருந்தன. தாய்மையை எதிர்நோக்கும்

பெண்களுக்கான பிரத்யேக மன்றங்கள் இருந்தன. சிறை கைதிகள், அவர்கள் குடும்பத்தினருக்கான பிரத்யேக இணைய மன்றம் இருந்தது. வீடியோ கேம் பற்றி விவாதிக்க, வரலாறு பற்றி பேச மன்றங்கள் இருந்தன.அகழ்வு குழுக்கள் அமைத்து தனியே பேசியுள்ளனர். நான் தனியாக இருக்கிறேன் என்பதை குறிப்பிட்டு ஆறுதல் தேடும் வழக்கமும் இருந்தது. இத்தகைய உறுப்பினர்களை சக உறுப்பினர்கள் அரவணைத்து தேற்றியிருக்கின்றனர். தனியாக உணர்பவர்களுக்கு, நாங்கள் இருக்கிறோம் என கட்டித்தழுவலை குறியீடாக அனுப்பும் வழக்கமும் இருந்தது.

இணையத்தை நாடி வந்த பலருக்கு இணைய மன்றங்கள் இணைய பேட்டைகளாக அமைந்தன. மேலும் அந்தக் காலத்தில் இணைய இணைப்பு வசதி மிகவும் மெதுவாக இருந்த நிலையில், எழுத்து வடிவிலான கருத்து பரிமாற்றம் நிகழ்ந்த இணைய மன்றங்கள் மிகவும் ஈர்ப்புடையதாக அமைந்தன.

இணைய மன்றங்கள் கற்றுக்கொள்ளவும் வழி வகுத்தன. இணையத்தில் நேரம் செலவிடவும் ஏற்றதாக அமைந்தன. பலர் இந்த மன்றங்களுக்காகவே இணையத்திற்கு வந்தனர். முக்கியமாக இவை வர்த்தக நோக்கத்துடன் நடத்தப்படவில்லை. பங்கு வர்த்தகக் குறிப்புகள் சிலவற்றில் பரிமாறிக்கொள்ளப்பட்டாலும், விற்பனை முகாம்களாகச் சில செயல்பட்டாலும், இணைய மன்றங்களை நடத்தியவர்கள் அதன் மூலம் லாபம் பார்க்க முயற்சிக்கவில்லை. மனித தொடர்புகளே அங்கு முக்கியமாக இருந்தது. மேலும், பிரபலமான உறுப்பினர், செல்வாக்குள்ள உறுப்பினர் போன்ற அம்சங்களும் இல்லை.

புத்தாயிரமாண்டிற்குப் பிறகு இணைய மன்றங்களின் செல்வாக்கு குறையத்துவங்கின. சமூக வலைப்பின்னல் தளங்கள் அலையென உருவாகத் துவங்கியபோது மன்றங்கள் முக்கியத்துவம் இழந்தாலும் அவை முற்றிலுமாக மறைந்துவிடவில்லை. இன்றளவும் செயல்பட்டுக்கொண்டிருக்கும் இணைய மன்றங்கள் உள்ளன. அர்த்தமுள்ள விவாதங்களுக்கு மன்றங்களே ஏற்ற வழி எனும் நம்பிக்கை கொண்டவர்களும் இருக்கின்றனர்.

இவர்களுக்கான மன்றங்களும் துடிப்புடன் உள்ளன. விக்கிபீடியா போன்ற அமைப்புகளின் செயல்முறைகளும் விவாதிக்க மன்றங்கள் உள்ளன. (விலேஜ் பம்ப்). முன்னணி சமூக வலைப்பின்னல்

சேவையான பேஸ்புக், உறுப்பினர்களுக்கான குழு வசதியை 2010ல்தான் அறிமுகம் செய்தது. அதற்குப் பல ஆண்டுகளுக்கு முன்னரே இணைய மன்றங்கள் பல்வேறு தரப்பினருக்கு நெருக்கமான இணைய பேட்டைகளை உருவாக்கித் தந்தன. மேலும் ரெட்டிட் போன்ற சமூக வலைப்பின்னல் சேவைகளை இவற்றின் தொடர்ச்சியாகவே கருதலாம்.

13. ஜியோசிட்டிஸ்
— எனக்கென ஒரு வலை இல்லம்!

வைய விரிவு வலை 1993 ல் பொதுமக்கள் பயன்பாட்டிற்கு வந்தது. முதல் ஆண்டு இணையத்தில் உருவாக்கப்பட்ட இணையதளங்களின் எண்ணிக்கை 130. இணையம் வர்த்தகமயமான பிறகு 1995 ல் இணையதளங்களின் எண்ணிக்கை பல்லாயிரக்கணக்கிலும், பின்னல் லட்சக்கணக்கிலும், கோடிக்கணக்கிலும் அதிகரிக்கத் துவங்கின.

இடைப்பட்ட காலத்தில், ஜியோசிட்டிஸ் (GeoCities) எனும் அற்புதம் நிகழ்ந்திருக்காவிட்டால், வலை வர்த்தகமயமாகவே தொடர்ந்திருக்கலாம். அதில் சாமானியர்களுக்கு அதிக இடம் இல்லாமல் போயிருக்கலாம். ஆனால், ஜியோசிட்டிஸ் வலையை சாமானியர்கள் கைகளில் கொண்டு வந்து அவர்களுக்கான பேட்டைகளை உருவாக்கிக் கொடுத்தது.

ஜியோசிட்டிஸ் உருவாக்கிய பேட்டைகளில் பலரும் ஆர்வத்துடன் தங்களுக்கான வலை மனைகளை அமைத்துக்கொண்டனர். அதாவது, அவர்களுக்கான இணைய இல்லங்களை சைபர்வெளியில் உருவாக்கிக் கொண்டனர்.

முடியாட்சி முடிந்து மன்னராட்சி மலரத்துவங்கிய காலம் போல, நுகர்வோராக மட்டுமே இருந்த மக்கள், இப்போது பங்கேற்கும் பயனாளிகளாக ஏற்றம் பெற்றனர். சமூக ஊடகத்தின் முக்கிய

அம்சங்களில் ஒன்றாக 'பயனர் உருவாக்கும் உள்ளடக்கம்' (*"user-generated content."*) சொல்லப்படுகிறது. பயனர்கள், உருவாக்குனர்கள் என்றும், செல்வாக்காளர்கள் என்றும் கொண்டாடப்படுகின்றனர். இந்தத் தன்மைக்கு அடித்தளம் அமைத்த சேவைகளில் ஒன்றாக ஜியோசிட்டிஸ் அமைகிறது.

ஏற்கனவே அறிமுகம் ஆகியிருந்த முன்னோடி சேவைகள் சாமானியர்கள் கருத்துப் பரிமாற்றத்திற்கும், கலந்துரையாடலுக்கும் வழிவகுத்திருந்தாலும், ஜியோசிட்டிஸ், வலைப்பின்னல் கம்ப்யூட்டர்களால் உருப்பெறத்துவங்கியிருந்த மெய்நிகர் பரப்பில், அவர்களுக்கான சொந்த இல்லத்தை அமைத்து அதில் குடியேற வழிசெய்தது. இணைய மொழியில் கூறுவது என்றால் பயனாளிகள் தங்களுக்கான முகப்புப் பக்கத்தை உருவாக்கிக்கொள்ள முடிந்தது.

'இணையத்தில் எனக்கென ஒரு பக்கம் இருக்கிறது' என 1994இல் சாமானியர்களால் சொல்ல முடிந்தது எத்தனை பெரிய அற்புதம் என்பதை ஃபேஸ்புக் யுகத்தில் உணர்வது கடினம். ஏனெனில், வலையின் துவக்கக் காலத்தில் சொந்த இணையதளம் அமைக்க வேண்டும் எனில், அதற்கான இடத்தை வாங்க வேண்டும். அதற்கு தொடர்ந்து வாடகை போல கட்டணம் செலுத்த வேண்டும். அதோடு, சொந்த வலைமனையை யாரேனும் வடிவமைத்துத் தர வேண்டும். அல்லது வலைமனைகளை உருவாக்கிக் கொள்வதற்கான தொழில்நுட்பத் திறன்களைக் கற்றுக்கொள்ளவேண்டும்.

இந்தச் சூழலில் தான், ஜியோசிட்டிஸ் அறிமுகமானது. 1994 ல் பெவர்லி ஹில்ஸ் இண்டெர்நெட் (*Beverly Hills Internet*) எனும் பெயரில் உதயமாகி, 1995ல் ஜியோசிட்டிசாக முழுவீச்சில் அறிமுகமானது.

அடிப்படையில் ஜியோசிட்டிஸ், வெப் ஹோஸ்டிங் எனப்படும் வலை இருப்பிட வசதியை அளித்தது. இத்தனை சதுர அடி நிலம் என்று சொல்வது போல, பயனாளிகளுக்கு 15 எம்பி இடத்தை வழங்கி, அதில் அவர்கள் விரும்பிய உள்ளடக்கத்தை நிரப்பிக்கொள்ள அனுமதி அளித்தது. ஆக, கட்டணம் செலுத்தாமலே இலவசமாக இணையத்தில் இடம் வாங்கிக் கொள்ளலாம் என்பதோடு, இணையதள வடிவமைப்பிற்கான எந்த நுட்பமும் தெரியாமலே அதில் இல்லம் அமைத்து உள்ளடக்கத்தையும் உருவாக்கிக் கொள்ளலாம்.

இணையத்தில் இப்படி ஒரு சேவையை வழங்கலாம் எனும் 1994இல் ஒருவருக்கு உண்டானது வியப்பளிக்கக் கூடியதுதான். ஜியோசிட்டிஸ் சேவையின் நிறுவனர்களில் ஒருவரான டேவிட் பானெட் *(David Bohnett)* தான் அந்த வியப்பிற்குரிய மனிதர். ஜான் ரெஸ்னர் *(John Rezner)* எனும் நண்பருடன் இணைந்து அவர் இந்தச் சேவையை உருவாக்கினார்.

மென்பொருள் வல்லுனரான பானெட் அப்போது தன் நெருங்கிய நண்பர் ஒருவரை இழந்த துயரத்தில் இருந்தார். தொழில்முறையாக மாறுதலைத் தேடிக்கொண்டிருந்தவர், 1994ஆம் ஆண்டு விமானப் பயணம் ஒன்றில் பிசி மேகசைன் பத்திரிகையில், வலை தொடர்பான கட்டுரையை வாசித்தார். தகவல் பலகை சேவை உள்ளிட்ட இணைய போக்குகளை அறிந்திருந்தவருக்கு வலையின் அறிமுகம் உள்ளுக்குள் படபடக்க வைத்தது. ஏ.ஓ.எல் அல்லது கம்ப்யூசர்வ் சேவைகள் போலவே வலையும் பிரபலமாக போவதை உணர்ந்தார்.

ஆனால் முந்தைய சேவைகள் போல் அல்லாமல் வலை மொத்த உலகிற்கானதாகவும் இருக்கும் என நினைத்தார். அடுத்த அலை ஒன்று எழுவதை உணர்ந்தவர், அதில் தானும் பங்கேற்க விரும்பினார். நண்பரும் அதே எண்ணம் கொண்டிருந்தார். புதிய பரப்பாக உருவாகிக் கொண்டிருந்த வலையில் நுழைய விரும்பினாலும், அங்கு கடை விரிக்கவோ, வர்த்தகம் செய்து செழிக்கவோ திட்டமிடாமல், இணைய பேட்டைகளுக்கான சேவையை வழங்கத் தீர்மானித்தனர்.

இணையம் உள்ளிட்ட கம்ப்யூட்டர் சார்ந்த வலைப்பின்னல் தொடர்பு வாயிலாக மனிதர்கள் தங்களுக்கான மெய்நிகர் சமூகங் களை உருவாக்கிக் கொள்ளலாம் எனும் எதிர்பார்ப்பும், நம்பிக்கையும், யூஸ்நெட், வெல் உள்ளிட்ட சேவைகள் ஏற்படுத்தியிருந்ததால், பானெட்டும், ரெஸ்னரும், வலையில் அதே போன்ற ஒரு சமூகத்தை மக்களுக்கு அளிக்க விரும்பினர். அதற்கேற்ப, பெவர்லி ஹில்ஸ் இணைய பக்கத்தில் வெவ்வேறு ஆர்வம் சார்ந்த தலைப்புகளில், தனித்தனி பேட்டைகளை அமைத்தனர்.

உதாரணத்திற்கு வால் ஸ்டிரீட் பேட்டையில் பங்குச்சந்தை ஆர்வலர்கள் குடியேறலாம், வாகன பிரியர்கள் மோட்டார்

சிட்டியில் குடியேறலாம். அதே போல, ஏரியா 51 அறிவியல் புனைகதை ஆர்வலர்களுக்கான பகுதியாக இருந்தது. இப்படி திரைப்படப் பிரியர்கள், இலக்கியப் பிரியர்கள் என பலதரப்பட்ட ரசனை கொண்டவர்களுக்கான தனித்தனிப் பகுதி இருந்தன. உறுப்பினர்கள் தங்களுக்கு ஏற்ற பகுதியில் சொந்த வலைமனை அமைத்து சக உறுப்பினர்களுடன் தொடர்புகொள்ளலாம்.

பயனாளிகள் பத்து நிமிடத்தில் தங்களுக்கான இணைய பக்கத்தை அமைத்துக்கொள்ள முடிந்தது. அது அவர்களுக்கான இடம். அதில் அவர்கள் எத்தகைய தகவல்களையும் இடம்பெற வைக்கலாம். சிலர் தங்களைப்பற்றித் தெரிவித்தனர் என்றால், பலர் தங்கள் ஆர்வங்களைப் பதிவுசெய்தனர். சிலரது பக்கங்கள் நாட்குறிப்பு போல இருந்தன என்றால், சிலரது பக்கங்கள் பயிற்சி எழுத்தாளரின் பக்கம் போல இருந்தது. தகவல் சுரங்கமாக இருந்தவர்கள் தங்கள் சேகரிப்பில் இருந்தவற்றை எல்லாம் இணைய பக்கத்தில் இடம்பெற வைத்தனர். டைட்டானிக் கப்பல் விபத்து பற்றி விரிவாக ஒரு பக்கம் அமைந்திருந்தது என்றால் இன்னொரு பக்கம் திகில் படங்கள் பற்றிப் பேசியது.

இணைய பக்கத்தில், படங்களையும், அனிமேஷன்களையும், அலங்காரங்களையும், இசைக் கோப்புகளையும் இடம் பெற வைக்கும், வசதியும் இருந்தது. உறுப்பினர்களில் பலர் வடிவமைப்பு அழகியல் பற்றி எல்லாம் யோசிக்காமல், தங்கள் பக்கத்தில் படங்களையும், அலங்காரத் தோரணங்களையும் தொங்கவிட்டிருந்தனர். இப்போது திரும்பிப் பார்க்கையில் இந்தத் தன்மை ஜியோசிட்டிஸ் காலத்து இணையதளங்களை மோசமான வடிவமைப்பிற்கு உதாரணமாக சொல்ல வைத்தாலும், பயனாளிகளுக்குக் கிடைத்த சுதந்திரம் மற்றும் அந்தக் கால இணையத்தின் அடையாளமாக இது அமைவதையும் உணரலாம்.

ஆரம்ப உற்சாகத்தில் இணைய பக்கத்தை அமைத்துவிட்டு, அதில் உள்ளடக்கத்தை அளிக்க வழியில்லாமல், கட்டுமானத்தில் உள்ளது (*'under construction'*) எனும், வாசகத்தைப் பயன்படுத்துவதும் ஜியோசிட்டிஸ் காலத்தில் வழக்கமாக இருந்தது. அப்போது இது எரிச்சலை அளிப்பதற்குப் பதில் எதிர்பார்ப்பையே அளித்தது என்பதையும் நினைவில் கொள்ள வேண்டும்.

முக்கியமாக இணையத்தில் என்ன செய்வது எனத் தெரியாமல் விழித்துக்கொண்டிருந்த பலருக்கு, ஜியோசிட்டிஸ் வழிகாட்டியது. இணையம் என்பது தகவல்களைப் பெறுவதற்கு மட்டுமானது அல்ல, உண்மையில் இது குடியேறுவதற்கான பரப்பு என ஊக்கம் அளித்து வரவேற்றது. இணையத்தில் இப்படிக் குடியேறிய பிறகு, தங்கள் ஆர்வங்களை வெளிப்படுத்திக்கொண்டு, மற்றவர்களோடு உரையாடலாம் எனும் சாத்தியத்தை அளித்தது.

மெல்ல வளர்ந்துகொண்டிருந்த வலையில் ஜியோசிட்டிஸ் வேகமாக பயனாளிகளை ஈர்த்தது. அதன் இணைய பேட்டைகள் அதிகரித்து வலைமனைகளும் அதிகரித்தன. லட்சக்கணகான உறுப்பினர்கள் இணைந்தனர். அடுத்து வந்த ஆண்டுகளில் இணையத்தில் அதிகம் நாடப்படும் இணையதளங்களின் பட்டியலில் ஜியோசிட்டிஸ் முதல் பத்து இடத்திற்குள் இருந்தது. ஒரு கட்டத்தில் அதிகம் பார்க்கப்படும் மூன்றாவது தளமாகவும் இருந்தது. நாள் ஒன்றுக்கு ஐந்தாயிரம் புதிய உறுப்பினர்கள் இணைந்துகொண்டிருந்தனர்.

ஜியோசிட்டிஸ் வர்த்தக மாதிரி எளிதாக இருந்தது. உறுப்பினர்களுக்கு இணைய இடத்தை இலவசமாக அளித்து, அதில் விளம்பரங்களை இடம்பெற வைப்பதன் மூலம் வருமானம் ஈட்ட திட்டமிடப்பட்டது. ஒரு கட்டத்தில் இணைய பக்கங்கள் மீது வாட்டர்மார்க் போன்ற காப்புரிமைக் கோடு தோன்றச்செய்ய பயனாளிகள் இது ஊடுருவல் என ஆவேசம் கொண்டு ஜியோசிட்டிசுக்கு எதிராகப் போராட்டம் நடத்தினர். ஒருசிலர் தங்கள் இணைய முகப்பு பக்கத்தில் கருப்புக்கொடி காட்டினர். பயனாளிகள் ஈடுபாட்டிற்கும், பங்கேற்பு ஜனநாயகத்திற்குமான ஆரம்ப உதாரணமாக இதை கருதலாம்.

டிரைபாடு *(Tripod)* மற்றும் ஏஞ்சல்பயர் *(Angelfire)* போன்ற நிறுவனங்களும் இதே போன்ற இலவச இணையதள சேவையை அளிக்கவே இந்தப் பரப்பு இணையத்தில் கவனத்தை ஈர்த்தது.

ஜியோசிட்டிஸ் மூலம் சொந்த வலைமனை அமைத்துத் தங்களை வெளிப்படுத்திக்கொண்ட பயனாளிகள், அறிமுகம் இல்லாதவர்களிடம் இருந்து இமெயில் தொடர்பு வந்தபோது பரவசம் அடைந்தனர். அவர்களுக்கான அங்கீகாரமாக இதை கருதினர். ஆனால் பயனாளிகள் பெரும்பாலும் தங்களை முன்னிறுத்திக்கொள்ளவில்லை, வெளிப்படுத்திக்கொள்ள மட்டுமே

செய்தனர். இணைய செல்வாக்கு பற்றிய எண்ணம் எல்லாம் இல்லாமல், மெய்நிகர் நட்பில் திளைத்தனர்.

ஜியோசிட்டிஸ் நிர்வாகம் உறுப்பினர்கள் செயல்பாட்டை நெறிப்படுத்தத் தவறவில்லை, இணைய பேட்டைகளை நிர்வகிக்கும் பொறுப்பு தன்னார்வலர்களிம் அளிக்கப்பட்டது. இசை சார்ந்த பேட்டையில் அமைக்கப்பட்ட தளம் இசைக்குத் தொடர்பில்லாத உள்ளடக்கத்தைப் பதிவேற்றினால் நீக்கப்பட்டது. துவேஷ கருத்துக்களும் கட்டுபடுத்தப்பட்டன.

1990 களின் பின் பகுதியில் ஜியோசிட்டிஸ் பெரிய அளவில் வளர்ச்சி அடைந்தது. 1999இல் வலைவாசல் நிறுவனமான யாஹூ, ஜியோசிட்டிசை விலைக்கு வாங்கியது. அந்தக் காலத்தில் இணையத்தின் முன்னணி நிறுவனங்களில் ஒன்றாக யாஹூ ஆதிக்கம் செலுத்தியது. ஜியோசிட்டிசின் வெற்றி யாஹூவை ஈர்த்து அதைக் கையகப்படுத்த வைத்தாலும், அடுத்து வந்த ஆண்டுகளில் ஜியோசிட்டிஸ் மெல்ல தேக்கம் அடைந்தது சரிவை சந்தித்தது.

ஜியோசிட்டிசின் வீழ்ச்சிக்கான காரணங்கள் ஆழமான ஆய்வுக்கு உரியவை. வர்த்தக நோக்கில் லாபம் ஈட்ட முடியாதது துவங்கி பலவித காரணங்கள் சொல்லப்படுகின்றன. எனினும், வலைப்பதிவு அறிமுகம் மற்றும் மைஸ்பேஸ் போன்ற சமூக வலைப்பின்னல் தளங்களின் வருகை ஜியோசிட்டிஸ் மீதான ஈர்ப்பை குறைத்ததாகக் கருதலாம். ஆனால் சொந்தமாக வலைப்பதிவு துவக்கிக் கருத்துகளைப் பதிவேற்றும் வசதி, சமூக வலைப்பின்னல் தளங்களில் கணக்கு துவக்கும் வசதி எல்லாம் அறிமுகம் ஆகாத காலத்தில் பயனாளிகளுக்கு இணையத்தில் சொந்த வலைமனை உருவாக்கி, கருத்துப் பரிமாற்றத்தில் ஈடுபட வைத்ததற்காகவே ஜியோசிட்டிசை முன்னோடி சேவையாகக் கொண்டாடலாம்.

இணையத்தின் அடுத்த அலை உருவாகிறது. இதில் தகவல்கள் மட்டும் அல்ல, குடியேற்றமும் முக்கியம்" என ஜியோசிட்டிஸ் சேவை அறிமுகத்தின்போது அதன் நிறுவனர் பானெட் கூறிய கருத்தை இங்கு நினைவில் கொள்வது பொருத்தமானது.

இணையம் இன்று வெறும் தகவல் அளிக்கும் இடமாக இருக்கவில்லை. அது தகவல் பகிர்வுக்குமான இடமாக இருக்கிறது.

தரவிறக்கம் மட்டும் செய்யாமல் கருத்துகள், எண்ணங்களைப் பகிர்ந்துகொண்டு தகவல் தொடர்பில் ஈடுபடுவதற்கான சேவையாக ஜியோசிட்டிஸ் விளங்கியதாக மெய்நிகர் சமூக வல்லுனர்களில் ஒருவரான டக்ளஸ் ரஷ்காப் (*Douglas Rushkoff*) கூறுகிறார். இந்தப் போக்கைத் துவக்கி வைத்த சேவைகளில் ஒன்றாக ஜியோசிட்டிஸ் விளங்குகிறது. ஜியோசிட்டிஸ் வளர்ந்து அடுத்த கட்டத்திற்கு வராமல் போயிருக்கலாம். ஆனால், இணையத்தையும், சமூக ஊடகத்தையும் அது முன்னோக்கிக்கொண்டு சென்றது.

ஜியோசிட்டிஸ் சேவையை 2011ஆம் ஆண்டு யாஹூ மூடியது. இதற்கான அறிவிப்பு வெளியானபோது இணையம் முழுவதும் அதிர்வலைகள் உண்டாயின. ஒரு முன்னோடி சேவை மூடப்படுவது ஓர் அதிர்ச்சி என்றால், அதில் உருவாக்கப்பட்ட லட்சக்கணக்கான இணைய பக்கங்கள் மறைந்து போவது மேலும் அதிர்ச்சியை அளித்தது. எனினும், இணைய வரலாற்றைக் காப்பாற்றுவதில் ஆர்வம் உள்ளவர்களின் முயற்சி காரணமாக, இதன் பெரும்பாலான பக்கங்கள் ஆவணமாக்கப்பட்டுள்ளன. அந்த வகையில் இணைய ஆவணமாக்கலின் முக்கியத்துவத்தை உணர்த்திய சேவைகளில் ஒன்றாகவும் ஜியோசிட்டிஸ் அமைகிறது.

14. ஸ்வீடனில் வீசிய சமூக ஊடகப் புயல்

இணைய உலகில் ஃபேஸ்புக் அலை வீசத் துவங்குவதற்கு பத்தாண்டுகளுக்கு முன், ஸ்வீடன் நாட்டில் ஒரு சமூக ஊடக அலை மையம் கொண்டிருந்தது. 'லூனார்ஸ்டிராம்' (Lunarstorm) சமூக ஊடக சேவை உண்டாக்கிய அலை!

ஃபேஸ்புக் பெரிய அளவில் வளர்ச்சி அடையத்துவங்கிய காலத்தில் அதன் உறுப்பினர்கள் எண்ணிக்கையை வைத்துப் பார்த்தால், அது உலகின் பெரிய நாடாக விளங்கும் என சொல்லப்பட்டதுண்டு. லூனார்ஸ்டிராம் உச்சத்தில் இருந்த காலத்தில் ஸ்வீடன் நாட்டின் மக்கள்தொகையில் பத்து சதவீதம் பேர் இந்தத் தளத்தில் உறுப்பினராக இருந்தனர். பள்ளி மாணவர்களைக் கணக்கில் கொண்டால், 90 சதவீதம் பேர் லூனார்ஸ்டிராம் பிரஜைகளாக இருந்தனர்.

12 லட்சத்திற்கும் மேலான உறுப்பினர்களோடு, ஸ்வீடன் தலைநகர் ஸ்டாக்ஹோமை விட லூனார்ஸ்ட்ராம் பெரிதாக இருந்தது. இவை எல்லாம் புத்தாயிரமாண்டு வாக்கில் நிகழ்ந்தவை.

உலகின் முதல் சமூக ஊடக சேவை என லூனார்ஸ்டிராம் தன்னை அறிவித்துக்கொண்டது. இது உண்மை அல்ல என்றாலும், என் காலத்து இளஞர்கள் ஃபேஸ்புக்கிலும், டிவிட்டரிலும் பார்க்கும் புரட்சி பத்து ஆண்டுகளுக்கு முன்னரே அரங்கேறிவிட்டது என

பேட்டி ஒன்றில் அவர் லூனார்ஸ்டிராமை மனதில்கொண்டு சொல்லியது உண்மைதான்.

சமூக வலைப்பின்னல் சேவையில் இன்று நாம் பார்க்கக் கூடிய பல அம்சங்களை லூனார்ஸ்டிராம் கொண்டிருந்தது. அதில் உறுப்பினர்கள் தங்களுக்கான சொந்த முகப்புப் பக்கத்தை உருவாக்கிக்கொள்ள முடிந்தது. அந்தப் பக்கத்தில் புகைப்படங்களையும் தகவல்களையும் வெளியிட்டு தங்களை அடையாளப்படுத்திக்கொள்ள முடிந்தது. இதை அறிமுகப் பக்கம் எனலாம். மேலும், அதிலேயே நாட்குறிப்புப் போல எழுதவும் முடிந்தது. இதை வலைப்பதிவு அம்சம் எனலாம். இவைதவிர சக உறுப்பினர்களோடு உரையாட முடிந்தது. சந்திப்புகளைத் திட்டமிட முடிந்தது, இமெயில் வசதியும் இருந்தது.

லூனார்ஸ்டிராமில் மாறுபட்ட நிலைத்தகவல் வசதியும் இருந்தது. இந்தத் தளத்தில் உறுப்பினர்கள் மேற்கொள்ளும் ஒவ்வொரு நடவடிக்கைக்கும் வழங்கப்படும் ஒரு புள்ளியாக இது அமைந்திருந்தது. புகைப்படம் பகிர்ந்தால் ஒரு புள்ளி, நாட்குறிப்பு எழுதினால் ஒரு புள்ளி. இதை மற்றவர்களும் பார்க்கலாம். அதே போல விருந்தினர் பக்கம் வடிவில் சக உறுப்பினர்கள் கருத்துத் தெரிவிக்கலாம்.

உறுப்பினர்கள் தங்களுக்குப் பிடித்தமான விஷயங்களைப் பட்டியலிட்டு நண்பர்களோடு பகிர்ந்துகொள்ளலாம். இந்த அம்சங்கள் எல்லாம் சேர்த்து ஸ்வீடன் இளம் தலைமுறை மத்தியில் லூனார்ஸ்டிராமை பிரபலமாக்கியது. ஒரு கட்டத்தில் இதன் வீச்சைப் பார்த்து அஞ்சி, அந்நாட்டு பள்ளிகளில் மாணவர்கள் இந்த சேவையை பயன்படுத்த தடைவிதிக்கப்பட்டது.

ஆனால் ஸ்வீடன் சமூகத்தில் இந்தத் தளம் நல்லவிதமாகத் தாக்கம் செலுத்தியது. 2005ஆம் ஆண்டு ஆசிய சுனாமியில் 500க்கும் மேலான ஸ்வீடன் நாட்டவர் பலியானபோது, உறுப்பினர்கள் இந்தத் தளத்தில் தங்கள் சோகங்களைப் பரிமாறிக்கொண்டனர். அவர்களை ஆற்றுப்படுத்த மதகுரு ஒருவரை இந்தத் தளம் நியமித்தது என்றால் பார்த்துக்கொள்ளுங்கள்.

லூனார்ஸ்டிராம் இலவச சேவை என்றாலும், கூடுதல் அம்சங்களுக்குக் கட்டணமும் வசூலிக்கப்பட்டது. இதன்

உறுப்பினர் களுக்கு என்று லூனார் டாலர் எனும் பிரத்தியேக மெய்நிகர் பணமும் உருவாக்கப்பட்டது.

ஸ்வீடன் நாட்டில் இந்தச் சேவை வெற்றி பெற்றதை அடுத்து டென்மார்க் மற்றும் இங்கிலாந்து *(lunarstorm.co.uk)*ஆகிய நாடுகளுக்கு விரிவாக்கம் செய்யப்பட்டது. லூனார்ஸ்டிராம் சேவை முதல் ஆண்டிலேயே பெரும் வரவேற்பைப் பெற்று 5 லட்சம் உறுப்பினர்களைப் பெற்றது. மூன்றாம் ஆண்டில் லாபம் ஈட்டக்கூடியதாகவும் இருந்தது.

தகவல் சமூகத்தில் இருந்து தொடர்புகொள்ளும் சமூகத்திற்கு நாம் மாறிக்கொண்டிருப்பதன் அடையாளம் என இந்தச் சேவையை ஊடகவியல் பேராசிரியர் *Ola Ahlvarsson* வர்ணித்திருந்தார். இன்றைய இளைஞர்கள் மேலிருந்து வரும் தகவல்களை இனியும் விரும்புவதில்லை, தங்கள் வலைப்பின்னலில் உள்ள நண்பர்களிடம் இருந்துவரும் தகவல்களை நாடுகின்றனர் என்றும் அவர் நியூயார்க் டைம்ஸ் நாளிதழ் கட்டுரையில் தெரிவித்துள்ளார்.

இவை எல்லாம் ஃபேஸ்புக் எனும் சேவை அறிமுகமாவதற்கு முன் நிகழ்ந்தவை. இதைத் தான், லூனார்ஸ்டிராம் நிறுவனர் ரிக்கார்டு எரிக்சன் *(Rickard Ericsson)* பத்தாண்டுகளுக்கு முன்னரே அரங்கேறியது எனப் பெருமிதமாகக் குறிப்பிட்டிருந்தார்.

ஒருவிதத்தில் எரிக்சன் சமூக ஊடகக் பரப்பில் வளர்ந்தவர். பதினைந்து வயதிலேயே அவருக்கு ஸ்வீடனில் இயங்கிய தகவல் பலகை சேவையில் ஈடுபாடு இருந்தது. தகவல் பலகை சேவையை இயக்கிய அனுபவத்தில் அவர் 1996ஆம் ஆண்டு, *Stajl Plejs* எனும் பெயரிலான இணையதளத்தை அமைத்தார். தகவல் பலகை, அரட்டை உள்ளிட்ட அம்சங்கள் கொண்ட இந்தத் தளத்தை புத்தாயிரமாண்டு பிறக்கும்போது லூனார்ஸ்டிராம் சேவையாக மாற்றினார்.

புத்தாயிரமாண்டு பிறக்கும்போது கம்ப்யூட்டர்கள் எல்லாம் செயலிழந்துபோகும் எனும் ஒய்2கே அச்சத்தின் நடுவே இந்த தளத்தை நள்ளிரவில் துவக்கி, புத்தாயிரமாண்டு துவக்கத்தை வரவேற்றார். உறுப்பினர்களும் இதை வரவேற்று வளர்த்தனர்.

நான் சிறிய ஊரில் பிறந்து வளர்ந்தவன். எப்போதும் ஒரே பத்துப் பேரைப் பார்த்துக்கொண்டிருக்க வேண்டும். எனவே

இணையம் மூலம் புதியவர்களைச் சந்திக்க இந்தச் சேவையைத் துவக்கியதாகவும் அவர் கூறியுள்ளார்.

ஃபேஸ்புக்கிற்கு முன்னோடியான இந்தச் சேவை, ஃபேஸ்புக் அலையால் பாதிக்கப்பட்டு 2008ஆம் ஆண்டு மூடப்பட்டது சோதனை என்றுதான் சொல்லவேண்டும்.

மாறாக, ஸ்வீடனைச் சுற்றியுள்ள பிராந்தியங்களுக்கான தனிப்பட்ட சமூக ஊடக சேவையாக நிலைபெற்றிருந்தால், சமூக ஊடகத்தின் வரலாறும்கூட அதற்கேற்ப மாறியிருக்கும்.

15. தென்கொரியாவின் உறவுப் பாலம்

ஸ்வீடனில் லூனார்ஸ்டிராம் வடிவில் சமூக ஊடக அலை வீசிக்கொண்டிருந்த காலத்தில் ஆசிய நாடான தென்கொரியாவில் 'சைவேர்ல்டு' எனும் தனி உலகம் உருவாகியிருந்தது. கொரிய இணையவாசிகள் குறிப்பாக இளம் வயதினர் சைவேர்ல்டில் மூழ்கியிருந்தனர். அந்த உலகில் அவர்களுக்கு எனத் தனி மொழி உருவாகியிருந்தது. அந்த உலகிற்கான பிரத்தியேகக் கலாச்சாரமும் உருவாகியிருந்தது.

சைவேர்ல்டு தென்கொரியாவுக்கான பிரத்தியேக சமூக வலைப்பினல் தளம். 1999 ம் ஆண்டு அறிமுகமான இந்தத் தளம், அடுத்த சில ஆண்டுகளில் தென்கொரியர்களுக்கான உறவுப் பாலமாக உருவாகி அந்நாட்டின் இணைய பரப்பில் ஆதிக்கம் செலுத்தியது.

உள்நாட்டு வெற்றியை அடுத்து 2005ஆம் ஆண்டு வாக்கில் இந்தத் தளம், சர்வதேச விரிவாக்கத்தைத் துவக்கி அமெரிக்காவில் அறிமுகமான போது, மைஸ்பேசுக்கான போட்டியாக வர்ணிக்கப்பட்டது. முன்னணி தொழில்நுட்பச் செய்தித் தளம், மைஸ்பேசுக்கும், சைவேர்ல்டுக்குமான ஒற்றுமைகளையும் வேற்றுமைகளையும் விளக்கி கட்டுரை எழுதியது.

அப்போது ஃபேஸ்புக் அறிமுகமாயிருந்தாலும் அமெரிக்க கல்லூரிகளை விட்டு வெளியே வரவில்லை. ஆனால், சைவேர்ல்டு இணைய உலகின் வெற்றிக்கதைகளில் ஒன்றாக உருவாகியிருந்தது. அமெரிக்காவிலும் சரி, சர்வதேச அளவிலும் சரி சைவேர்ல்டு வெற்றி பெறவில்லை என்றாலும், தென்கொரியாவில் முன்னணி சமூக ஊடக சேவையாக நிலைபெற்றிருக்கிறது.

கொரிய இணைய சமூகத்தில் சைவேர்ல்டு ஏற்படுத்திய தாக்கத்தைப் பார்ப்பதற்கு முன், கொரிய இணைய சூழலின் வரலாற்றை கொஞ்சம் தெரிந்துகொள்வது அவசியம்.

இணையத்தைப் பொறுத்தவரை கொரியா முன்னேறிய நாடுகளில் நிகரானது. ஆரம்ப காலத்திலேயே அதிவேக இணைய இணைப்பு வசதியுடன், உலகில் அதிகம் இணைக்கப்பட்ட நாடுகளில் ஒன்றாக தென்கொரியா விளங்கியது. இணைய பயன்பாட்டில் கொரியர்கள் தீவிர ஆர்வம் காட்டிய நிலையில், குடிமக்கள் இதழியலில் முன்னோடி முயற்சியான ஓமைநியூஸ் இணைய நாளிதழ் உலகிற்கே வழிகாட்டியது. இணைய உலகமே கூகுள்மயமாகிக் கொண்டிருந்த நிலையில் கொரியாவின் உள்நாட்டு தேடியந்திரம் நேவர் (Naver) ஆதிக்கம் செலுத்திக்கொண்டிருந்தது.

இந்தப் பின்னணியில் 1999ஆம் ஆண்டுத் தொழில்நுட்பக் கல்லூரி மாணவர்களால் சைவேர்ல்டு துவக்கப்பட்டது. கொரியாவின் அறிவியல் தொழில்நுட்பக் கழகத்தில் செயல்பட்டு வந்த இசிகிளப் சார்பில் நான்கு மாணவர்கள் இணைந்து தங்கள் பாடத்திட்டத்திற்கான திட்டமாக சமூக வலைப்பின்னல் சேவை ஒன்றை உருவாக்க திட்டமிட்டனர். குழு உறுப்பினர்கள் வெவ்வேறு காரணங்களுக்காக விலகிக்கொள்ள, இறுதியில் டாங் யூன் லீ மட்டும் சைவேர்ல்டை துவக்கினார்.

கொரிய மொழியில் சை என்றால் உறவு என்று பொருள். மனிதர்களுக்கு இடையிலான நட்பில் நம்பிக்கை கொண்ட கிராமத்து வார்ப்பான லீ, இணையம் மூலம் நட்புறவை வளர்க்கும் சேவையாக சைவேர்ல்டை உருவாக்கினார். துவக்கத்தில் முன்னாள் மாணவர்கள் சார்ந்த நட்பு, பிராந்தியம் சார்ந்த நட்பு எனும் அடிப்படையில்தான் இந்தத் தளம் செயல்பட்டது. எனினும் பெரிய தாக்கத்தை உண்டாக்கவில்லை.

இதனிடையே பொருளாதார நெருக்கடியும் ஏற்படவே, நிலைமையைச் சமாளிக்க என்ன செய்யலாம் என யோசித்த லீ, சொந்த முகப்புப் பக்கங்களை உருவாக்கிக்கொள்ளும் வசதியை அறிமுகம் செய்தார். சிறு முகப்புப் பக்கம் என்பதைக் குறிக்கும் வகையில் மினிஹோம்பி எனும் பெயரில் இந்த வசதி அறிமுகமானது.

அந்த காலகட்டத்தில் முகப்புப் பக்கம் அமைக்கும் வசதியை அளித்து வந்த பல சேவைகள் தொடர்ந்து மூடப்பட்டு வந்தன. இதற்கான காரணங்களை அலசி ஆராய்ந்த லீ, முகப்புப் பக்க சேவைகளுக்கான தேவை இருந்தாலும் அவற்றை உருவாக்கிப் பிரபலமாக்குவது கடினமாக இருப்பதைக் கவனித்தார். எனவே எளிதாக முகப்புப் பக்கங்களை உருவாக்கும் வசதியைத் தனது தளத்தில் அளித்தார்.

அதோடு, நிஜ உலகில் தொடர்புகொள்ளும் அதே முறையில் இணையத்திலும் தொடர்புகொண்டு உறவு வளருக்கும் வகையில் சிறு முகப்பு பக்க வசதியை அமைத்தார். அதில் உறுப்பினர்களுக்கான தனி அறைகளையும் உருவாக்கி கொடுத்தார். இந்த அறைகள் காலி அறைகளாக அளிக்கப்பட்டன. உறுப்பினர்கள் அவற்றை தங்களுக்கான பொருட்கள் கொண்டு அலங்கரித்துக்கொள்ள வேண்டும்.

அறைகளை அலங்கரிப்பதற்கான மெய்நிகர் பொருட்களை வாங்கிக்கொள்ளும் வசதியும் இருந்தது. மேலும் பல்வேறு பரிசுப்பொருட்களை வாங்கிக்கொள்ளும் வசதியும் இருந்தது. நிறுவன நோக்கில் இந்த வசதி வருவாயை அள்ளிக்கொடுக்கத்துவங்கியது என்றால் உறுப்பினர்களுக்கு அவர்களுக்கான தனி உலகை உருவாக்கிக்கொள்ள வழிசெய்தது. அவர்கள் தங்கள் ஆளுமைக்கு ஏற்ற வகையில் முகப்பு பக்கத்தையும், தனி அறைகளையும் அமைத்துக்கொண்டனர். பின்னணி இசைக் கோர்வைகளையும் சேர்க்க முடிந்தது, இவற்றையும் காசு கொடுத்து வாங்கினர்.

முகப்புப் பக்கத்தில் தகவல்களை வெளியிடுவதோடு, புகைப்படங்களை இடம்பெறச் செய்யவும் முடிந்தது. மேலும் உறுப்பினர்கள் தங்களுக்கான தனி இணைய தோற்றங்களையும் உருவாக்கிக்கொண்டனர். நிஜ உலகில் நிகழ்வது போலவே

தொடர்புகளை ஏற்படுத்திக்கொண்டு, நட்பு உறுப்பினர்களின் அறைகளுக்குச் சென்று உரையாட முடிந்தது. உறுப்பினர்கள் கருத்துகளுக்கு பதில் அளிக்க முடிந்தது.

முகப்புப் பக்கம், தனி அறை, பரிசுப்பொருட்கள், வலைப்பதிவு வசதி என எல்லாவற்றையும் சைவேர்ல்டு வழங்கியது. அதோடு, இந்த மெய்நிகர் உலகிற்கான தனி நாணயம் மற்றும் விளையாட்டும் உருவாக்கப்பட்டது. விளைவு உறுப்பினர்கள் இந்த உலகில் மூழ்கியிருந்தனர். பெரும்பாலான கொரியர்கள் சைவேர்ல்டில் அங்கம் வகித்தனர். ஒரு கட்டத்தில் அந்நாட்டு அரசியல் தலைவர்களும் இளம் வாக்காளர்களைக் கவர்வதற்காக இந்த உலகில் படையெடுத்தனர்.

சைவேர்ல்டில் உறவு அம்சம் என்பது வலுவாக இருந்தது. சராசரி கொரியர்கள் நிஜ உலகில் சந்தித்தபோது, முகவரி, தொலைபேசி எண் கேட்பதற்குப் பதிலாக சை உலகில் இருக்கிறீர்களா? என கேட்டுக்கொண்டனர். அவர்கள் அறைக்குச் சென்று பார்த்தால் தான் நம் அறைக்கு வருவார்கள் எனும் எண்ணம் வலுவாக இருந்ததால், பரஸ்பர நட்பும், தகவல் தொடர்பும் தழைத்தது. அறைகளுக்கு வருபவர்கள் தங்கள் கருத்துகளைப் பதிவு செய்து விட்டுச்செல்லும் வழக்கம் கொண்டிருந்தனர். ஃபேஸ்புக் முன்னெடுத்த விருப்பங்கள், நண்பர்கள் எண்ணிக்கை சார்ந்த தன்மையில் இருந்து முற்றிலும் வேறுபட்டதாக சைவேர்ல்டு அமைந்திருந்தது.

அதைவிட முக்கியமாக அதன் வர்த்தக மாதிரியும் ஃபேஸ்புக்கில் இருந்து மாறுபட்டிருந்தது. ஃபேஸ்புக் போல, விளம்பர வருவாய்க்காக, தரவுகள் சார்ந்த தனிப்பட்ட விளம்பரங்களை குறிவைக்காமல், அதற்காக உறுப்பினர்களை ஃபேஸ்புக்கிலேயே தங்கியிருக்கச்செய்யும் உத்திகளைக் கையாளாமல், உறுப்பினர்கள் விரும்பி வாங்கிய மெய்நிகர் பொருட்கள் மூலம் வருவாய் ஈட்டியது. விளம்பர நோக்கில் உறுப்பினர்கள் செயலில் தலையிடாமல் அவர்கள் இயல்பாக நட்பு வளர்த்துக்கொள்ள வழிசெய்தது.

2005ஆம் ஆண்டு வாக்கில் ஜப்பான், தைவான் உள்ளிட்ட நாடுகளில் விரிவாக்கம் செய்ததோடு ஆங்கிலப் பதிப்பு மூலம் அமெரிக்காவிலும் நுழைந்தது. சர்வதேச விரிவாக்கம் எதிர்பார்த்த

வெற்றியை அளிக்கவில்லை. இதனிடையே ஃபேஸ்புக் சர்வதேச அளவில் வெற்றிபெற, 2011ஆம் ஆண்டுவாக்கில் கொரியாவின் தொலைத் தொடர்பு நிறுவனம் எஸ்.கே டெலிகாம்ஸ், சைவேர்ல்டை கையகப்படுத்தியது. தனது மகளை ஒருவரால் சிறப்பாக வளர்க்க முடியும் எனத் தெரிந்தால் மகளை அவரிடம் ஒப்படைத்துவிடுவேன், சைவேர்ல்டு என மகள் போல என்று இந்த முடிவு பற்றி நிறுவனர் லீ கூறியிருந்தார்.

தன் மகளுக்கான முகப்புப் பக்கத்தையும் சைவேர்ல்டு தளத்தில் அமைந்திருந்தார். மகள் வளர்ந்து பெரிய பெண்ணாக ஆன பிறகு தான் வளர்ந்த விதத்தையும், அப்பாவுடனான உறவையும் இந்தப் பக்கத்தைப் பார்த்துத் தெரிந்துகொள்ள முடியும் என்றும் ஒரு பேட்டியில் லீ கூறியிருந்தார். 500 ஆண்டுகளுக்குப் பின்னும் ஒருவர் இந்தப் பக்கங்களைப் பார்த்துப் பழைய மனிதர்கள் பற்றித் தெரிந்து கொள்ள முடியும் எனத் தெரிவித்திருந்தார். சைவேர்ல்டு மீது அவர் கொண்டுள்ள ஈடுபாட்டையும், நம்பிக்கையையும் இது உணர்த்துகிறது.

இன்று வலைத்தொடர்களுக்காகவும், இசைக்குழுக்களுக்காகவும் அறியப்படும் கொரியா, சைவேர்ல்டு வடிவில் வெற்றிகரமான சமூக வலைப்பின்னல் சேவையைக் கொண்டிருந்தாலும், சமூக வலைப்பின்னல் சேவைக்காகவும் உலகம் முழுவதும் அறியப்படாமல் போனது ஏன்? என்பது ஆய்வுக்குரியது மட்டும் அல்ல, சமூக ஊடக வரலாற்றுப் போக்கைப் புரியவைக்க கூடியதும்தான்.

16. எல்லோரும் எழுதத் துவங்கியபோது...

சமூக ஊடக வரலாறு தொடர்பான தகவல்களைத் தேடும்போது ஆய்வுக்கட்டுரைகளோடு, ஊடக தகவல்களோடு, புத்தகங்களோடு வலைப்பதிவு வடிவிலான தகவல்களும் அதிகம் தேடியந்திரங்களால் பட்டியலிடப்படுவதைப் பார்க்கலாம். ஒருவிதத்தில் சமூக ஊடகம் தொடர்பான தகவல்களை வலைப்பதிவுகள் வாயிலாகப் பெறுவது பொருத்தமானதே. ஏனெனில், வலைப்பதிவுகள் சமூக ஊடகத்தின் முக்கிய அங்கமாக விளங்குவதோடு, அதன் வரலாற்றிலும் முக்கிய கிளையாகத் தோன்றி வளர்ந்திருக்கின்றன.

சமூக ஊடகத்தின் பரப்பையும், வீச்சையும் புரிந்துகொள்ள வலைப்பதிவுகள் சிறந்த வழி. அதற்கு முன் இருந்த சமூக ஊடக வகைகளை விட, வலைப்பதிவு எனும் வடிவம் சராசரி இணையவாசிகள் மத்தியிலும், சமூகத்தின் மீதும் உண்டாக்கிய தாக்கம் நிகரில்லாதது. வலைப்பதிவுகள் எல்லோரிடமும் பதிப்பு சாதனத்தை வழங்கி இணைய பயன்பாட்டை ஜனநாயகமயமாக்கின. அதன் விளைவாக வெகுஜன ஊடகத்தையும் உலுக்கி எடுத்தன வலைப்பதிவுகள் எல்லோரும் எழுத்தாளராக, கட்டுரையாளராக, விமர்சகர்களாக வழிவகுத்தன. எல்லோரும் இதழாளர்களாகும் வாய்ப்பையும் வழங்கியது.

சமூக ஊடகத்தின் ஆதார அம்சங்களில் ஒன்றான, உருவாக்கத்தை பயனாளிகள் கைகளில் ஒப்படைத்ததில் வலைப்பதிவுகளின்

பங்கு முக்கியமானது. படைப்பூக்க எழுத்தை உள்ளடக்க எழுத்து எனச் சொல்ல வைத்தது வலைப்பதிவுகள்தான். காணொலி உருவாக்குனர்களுக்கும், இன்னும் பிற உருவாக்குனர்களுக்கும் முன்னோடி வலைப்பதிவு உருவாக்குனர்கள் தான்.

வலைப்பதிவுகளில் எவரும், எதையும் எளிதாக எழுத முடிந்தது. இதற்கு யாருடைய அனுமதியும் தேவைப்படவில்லை. இப்படி எழுதப்படுவதை ஆர்வத்தோடு வாசிக்க சக பதிவர்களும், இணைய வாசகர்களும் எளிதாக உருவானார்கள். ஒரு கட்டத்தில் ஊடகங்களும் கூட வலைப்பதிவுகளை அலட்சியம் செய்ய முடியாத நிலை உண்டானது. அதன் பிறகு, வலைப்பதிவுக்கும், இதழியலுக்கும் இடையான வேறுபாடு எல்லைக்கோடு மங்கலானதும் நிகழ்ந்தது.

வலைப்பதிவுகள் புரட்சிக்கு வித்திட்டுள்ளன. சர்வாதிகார அரசுகளுக்கு எதிராகக் கருத்துரிமை குரல் கொடுக்க உதவியிருக்கின்றன. வெகுஜன ஊடகத்தின் போதாமைகளைச் சுட்டிக்காட்டவும், இட்டு நிரப்பவும் செய்திருக்கின்றன. சாமானியர்களை எழுத்தாளர்களாக்கி இருக்கின்றன. பலவற்றை நீர்த்துப்போகவும் வைத்துள்ளன. என்றாலும், 1990 களின் பிற்பகுதியில் வீசத்துவங்கிய வலைப்பதிவு அலை இணைய பரப்பிலும், சமூக ஊடக வளர்ச்சியிலும் உண்டாக்கிய தாக்கம் எளிதில் புறந்தள்ள முடியாதது.

தகவல் பலகை சமூகத்தில் கருத்துக்கள் பகிரப்பட்டுள்ளன. யூஸ்நெட் சமூகத்தில் கதை எழுதியுள்ளனர், கவிதைகளும் எழுதியுள்ளனர். ஜியோசிட்டிஸ் தனி வலைமனை அளித்து எழுத வைத்தது. இமெயில் குழுக்கள் மூலம் இணைய பத்திரிகைகள் நடத்தப்பட்டுள்ளன. எனினும், இணையத்தில் எழுதுவதற்கும், எழுதியதைப் பகிர்வதற்கும் வலைப்பதிவு சாத்தியமாக்கிய எளிமை தனித்து நிற்கிறது. வலைப்பதிவு வரலாற்றை ஜஸ்டின் ஹால் எனும் தனிமனிதரிடம் இருந்து துவங்குவதும் பொருத்தமானதே. வலைப்பதிவு வடிவத்தையும், தன்மையையும் புரிந்துகொள்ள இது உதவுவதோடு, அதன் துவக்கப் புள்ளியையும் நோக்கிச் செல்வதாக அமையும்.

அதற்கு முன், வலைப்பதிவு என்றால் என்ன? என்று புரிந்து கொள்வது அவசியம். வலைப்பதிவு என்பது தனிப்பட்ட இணைய

நாட்குறிப்பாகக் கருதப்படுகிறது. இதில் பதிவுகள் தலைகீழ் வரிசையில் தோன்றுவதாகவும் குறிப்பிடப்படுகிறது. இவை தவிர வலைப்பதிவை எளிமையான பதிப்பு வசதி என்றும் புரிந்து கொள்ளலாம்.

ஆங்கிலத்தில் வெப்லாக் மற்றும் அதன் சுருக்கமாக பிலாக் என்றும் குறிப்பிடப்படுகிறது.

தொழில்நுட்ப நோக்கில் பார்த்தால், வலைப்பதிவு என்பது, புதிய பதிவுகளால் தொடர்ந்து புதுப்பிக்கப்படும் இணைய பக்கம் எனக் கொள்ளலாம். பதிவுகள் சுருக்கமாக இருக்கலாம், நீளமாக அமையலாம். அவற்றுடன் இணைப்புகளையும் கொண்டிருக்கலாம்.

எனினும் இவை எதுவுமே வலைப்பதிவின் தன்மையை முழுமையாக உணர்த்துபவை அல்ல. வலைப்பதிவுகள் இணையத்தில் எழுதப்படும் தனிப்பட்ட நாட்குறிப்பு அல்லது சஞ்சிகை எனக் கொள்ளலாம். ஆனால், பொதுவாக நாட்குறிப்புகள் தனிப்பட்ட பார்வைக்காக எனக் கருதப்படும் நிலையில் வலைப்பதிவுகள் இயல்பாகவே சமூக தன்மை கொண்டதாக அமைகின்றன.

வலைப்பதிவுகளுக்கு என்று மேலும் சில இலக்கணங்கள் இருக்கின்றன. பதிவுகளுக்கு என்று ஒரு வடிவமைப்பு இருக்கிறது. வலைப்பதிவுகளுக்கு என்று ஒரு வடிவமைப்பு இருக்கிறது. பதிவுகளின் பக்கவாட்டில் இடம்பெறும் வலைப்பதிவு பரிந்துரைப் பட்டியல் முக்கிய அம்சங்களில் ஒன்று. இது வலைப்பதிவின் வகையை உணர்த்தவும் பயன்படுகிறது.

வலைப்பதிவு முன்னோடிகளில் ஒருவரான டேவ் வெய்னர் *(Dave Winer)* 'வலைப்பதிவின் ஒற்றை முக்கிய அம்சம், ஒரு தனிமனிதரின் கட்டுப்படுத்தப்படாத குரல்' என்கிறார். அந்தத் தனிமனிதர் தொழில்முறை அல்லாதவராக இருக்கலாம் என்பதும் முக்கியம். நேர்த்தி செய்யப்படாத ஒருவித மூலத்தன்மையும், தனிப்பட்ட தன்மையையும் வலைப்பதிவு கொண்டிருக்கும். இதழியல் போல, ஆசிரியர் மேற்பார்வையில் பட்டைதீட்டப்படாத படைப்பு என்றும் புரிந்துகொள்ளலாம்.

வலைப்பதிவு என்பது கருத்துத் தெரிவிப்பது என்றும் புரிந்து கொள்ளலாம். தொலைக்காட்சியை நோக்கிக் கத்துவதைவிட இது மேம்பட்டது என்கிறார் மற்றொரு வலைப்பதிவு முன்னோடி

கிளன் ரெய்னால்ட்ஸ் (*Glenn Reynolds*). வலைப்பதிவின் மற்றொரு முக்கிய அம்சம், வாசகர்கள் அதில் பின்னூட்டம் வாயிலாக பங்கேற்க முடியும் என்பதுதான். இது ஓர் உரையாடலாகவும் அமையும். வலைப்பதிவு உண்டாக்கும் ஜனநாயகத் தன்மையின் அடையாளமாகவும் இது அமைகிறது.

தொழில்நுட்ப நோக்கில் வலைப்பதிவுகள் இணையதளங்களில் இருந்து வேறுபட்டது. வலைப்பதிவு புதுப்பிக்கப்பட்டுக் கொண்டே இருக்க வேண்டும். அதே நேரத்தில் இணையதளம் அமைப்பதற்கான தொழில்நுட்பத் திறன் எதுவும் இல்லாமலே ஒருவர் வலைப்பதிவு செய்ய முடியும். மின்னஞ்சல் துவக்குவது போலவே வலைப்பதிவு துவக்கி எழுதிப் பதிப்பிக்கத் துவங்கிவிடலாம்.

இன்று இந்த அம்சங்களை எல்லாம், குறிப்பாக தொழில்நுட்ப திறன் இல்லாமல் பதிப்பிக்கும் வசதியை எல்லோரும் இயல்பாக எடுத்துக்கொண்டாலும், 1990 களின் இறுதியில் இவை எத்தனை புதுமையாக இருந்திருக்கும் என்பதைப் புரிந்துகொள்ளவேண்டும். வலைப்பதிவுகள் அறிமுகமானபோது பயனர் அல்லது வாசகர் தரப்பில் புரட்சிகரமாகவும் இருந்தது. நம்பகம் இல்லாதது, தனிமனிதக் கிறுக்கல்கள் என பலவித விமர்சனங்களையும் வலைப்பதிவுகள் எதிர்கொண்டது தனிக்கதை.

வலைப்பதிவுகள் வளரத்துவங்கிய பிறகு, இந்த வசதியை வழங்கும் பல முன்னோடி சேவைகள் உருவானதோடு, ஒரு கட்டத்தில் வலைப்பதிவுகள் தொழில்முறைத் தன்மையையும் பெற்றன. புகைப்பட வலைப்பதிவு, காணொலி வலைப்பதிவு என்று இன்னும் பல பிரிவுகளிலும் கிளைவிட்டன. வலைப்பதிவர் என்பது செல்வாக்கு மிக்க, பெருமைக்குரிய அடையாளமாகக் கருதப்படும் நிலையும் உருவானது என்றாலும், அடிப்படையில் அதன் ஆதார குணம் தனிமனிதரின் தணிக்கயில்லா குரல் என்பதுதான். எனவே ஜஸ்டின் ஹால் (*Justin Hall*) எனும் இளைஞரிடம் இருந்து இதன் வரலாறு துவங்குவதாக கருதுவது பொருத்தமானதே.

வலை என அறியப்படும் வைய விரிவு வலை பொதுமக்களுக்கு அறிமுகமான (1993) அடுத்த ஆண்டு ஜஸ்டின் ஹால் அமெரிக்கக் கல்லூரி மாணவராக இருந்தபோது லிங்க்ஸ்.நெட் (*Links.net*) எனும் தனக்கான தனி இணையதளத்தைத் துவக்கினார்.

இந்தக் காலகட்டத்தில் வலைப்பதிவு எனும் கருத்தாக்கமும் உருவாகியிருக்கவில்லை, வலைப்பதிவு எனும் சொல்லும் உருவாகியிருக்கவில்லை. எனினும், வலைப்பதிவு என பின்னர் ஏற்றுக்கொள்ளப்பட்ட அம்சங்களைக் கொண்டதாக ஜஸ்டின் ஹாலின் தளம் அமைந்திருந்ததால் அவரை வலைப்பதிவு முன்னோடி எனக் கருதலாம். இந்த காரணத்தினால் முதல் வலைப்பதிவர் எனப் பரவலாக ஏற்றுக்கொள்ளப்படும் ஹால், நியூயார்க் டைம்ஸ் நாளிதழால் பின்னர் தனிப்பட்ட வலைப்பதிவின் தந்தை என்றும் அழைக்கப்பட்டார்.

கல்லூரி மாணவராக இருந்தது தனக்கு இணைய இணைப்பு கிடைக்க காரணமானது என ஹால் குறிப்பிட்டிருக்கிறார். வலைப்பதிவு முன்னோடி என்று சொல்வதைத் தலைக்குக் கொண்டு செல்லாமல், சரியான நேரத்தில் சரியான இடத்தில் இருந்தேன் என்றும் குறிப்பிட்டிருக்கிறார்.

ஹாலின் இணையதளம், இணையத்தில் அவர் கண்டறியும் சுவாரஸ்யமான விஷயங்களுக்கான இணைப்புகளைக் கொண்டதாக இருந்தது. முழுவீச்சில் தேடியந்திரம் எல்லாம் உருவாகியிராத காலம் என்பதால் அவரது கண்டறிதலும், பகிர்வும் மற்றவர்களுக்கு ஆர்வத்தை அளித்தன. தொடர்ந்து அவர் தனிப்பட்ட அனுபவங்களையும் எழுதி வெளியிடத்துவங்கினார். அரைகுறை நிர்வாணப் புகைப்படம் துவங்கி, பாலியல் இச்சைகள், போதைப் பழக்கம், தந்தையின் தற்கொலை எண்ணங்கள் என எல்லாவற்றையும் எழுதினார்.

மிகைப் பகிர்வு என்பதை ஹால்தான் கண்டுபிடித்தார் என சமூக ஊடக வளர்ச்சி தொடர்பான சே எவ்ரிதிங் புத்தகத்தில் ஸ்காார்ட் ரோசன்பர்க் (Scott Rosenberg) இதுபற்றி எழுதியிருக்கிறார்.

"தனிப்பட்ட கதைகளைப் பகிர்ந்தது வலையை வித்தியாசமானதாக ஆக்கியதற்கான என் பங்களிப்பு, ஆரம்ப கால வலை சுவாரஸ்யமானதாக இருக்கவில்லை" என ஹால் தனது வலைப்பதிவு பற்றிக் கூறியிருக்கிறார். ஹால்தானே இணையதள நுட்பங்களைக் கற்றுக்கொண்டு சொந்த இணையதளத்தை உருவாக்கிப் பராமரித்தார். பத்தாண்டுகளுக்குப் பிறகு இடையே அவர் வலைப்பதிவை நிறுத்தினாலும், அதன் பிறகு தொடர்ந்து

எழுதிவருகிறார். இடையே இதழாளராகவும் உருவான ஹாலின் இணையதளம்/ வலைப்பதிவு இன்றளவும் செயல்பாட்டில் உள்ளது.

ஜஸ்டின் ஹால் தனது இணையதளம் மூலம் புகழ்பெற்றாலும், அவரைத்தொடர்ந்து வலைப்பதிவு அலை வீசிவிடவில்லை. ஒவ்வொரு படியாகவே முன்னேற்றம் உண்டானது.

இடைப்பட்ட காலத்தில் முன்னோடி வலைப்பதிவாளர்களாக கருதக்கூடிய பலரை வலைப்பதிவு தொடர்பான விக்கிபீடியா கட்டுரை பட்டியலிடுகிறது. எனினும், ஜான் பார்ஜர் *(Jorn Barger)* முக்கியமானவராக அறியப்படுகிறார். ரோபோ விஸ்டம் *(Robot Wisdom)* வலைப்பதிவு தளத்தை நடத்தி வந்த பார்ஜர், முதல் முறையாக வலைப்பதிவைக் குறிக்கும் வெப்லாக் எனும் சொல்லையும் உருவாக்கினார். பார்ஜர், யூஸ்நெட் காலத்திலேயே தீவிரமாக இயங்கியவர் என்பதும், அதில் பத்தாயிரத்திற்கும் மேற்பட்ட பதிவுகளை வெளியிட்டிருக்கிறார் என்பதும் குறிப்பிடத்தக்கது.

*1995*இல் அவர் தனது ரோபோ விஸ்டம் தளத்தைத் துவக்கி, அதில் ஜேம்ஸ் ஜாய்ஸ், செயற்கை நுண்ணறிவு வரலாறு, இணைய கலாச்சாரம் உள்ளிட்ட கட்டுரைகளை எழுதினார். பின்னர் மற்றொரு வலைப்பதிவு முன்னோடி டேவ் வெய்னரின் ஸ்கிரிப்டிங் நியூஸ் தளத்தால் ஊக்கம் பெற்று தினமும் எழுதத் துவங்கினார். தான் சுவாரஸ்யமாகக் கருதும் இணைய இணைப்புகள் பட்டியலையும் நாள்தோறும் வெளியிட்டார். இவற்றைக் குறிக்கவே வலைப்பதிவு எனும் சொல்லை உருவாக்கினார்.

இதனிடையே முதல் வலைப்பதிவாளர் என குறிப்பிடப் படுபவர்களும், அதற்குச் சொந்தம் கொண்டாடுபவர்களும் வேறு சிலர் இருக்கின்றனர். வலைப்பதிவு வரலாற்றின் ஆழத்தை இவை உணர்த்துவதாகக் கருதலாம். எனினும் பரவலாக ஏற்றுக்கொள்ளப்படும் நோக்கில், இணையத்தில் வலை நாட்குறிப்புகளை *(Online diary)* எழுதி வந்தவர்களில் இருந்து நவீன வலைப்பதிவாளர்கள் உருவானதாகக் கருதப்படுகிறது.

தனிப்பட்ட தளம் வாயிலாகச் சொந்தக் குறிப்புகளை, எழுதிவந்தவர்கள் இணைய நாட்குறிப்பாளர்கள் என அழைக்கப்படுகின்றனர். இவர்களின் நோக்கமும், செயல்பாடும் பலவிதமாக இருந்தது. *1996*ஆம் ஆண்டு முதல் இந்தப் பழக்கம்

தீவிரமாக இருந்தது. தனித்தனியே இயங்கி வந்த இணைய நாட்குறிப்பாளர்களை இணைக்கும் சேவையாக ஓபன் டைரி (*OpenDiary.com*) இணையதளம் உருவானதே வலைப்பதிவு வரலாற்றில் முக்கிய மைல்கல்லாக அமைகிறது. நவீன வலைப்பதிவின் துவக்கமாகவும் இந்தச் சேவையைக் கருதலாம்.

புருஸ் அப்லேசன் (*Bruce Ableson*) எனும் அமெரிக்க மென்பொருளாளர் 1998ஆம் ஆண்டு இந்தச் சேவையைத் துவக்கினார். இணையத்தில் நாட்குறிப்பு எழுதி வருபவர்களை ஒருங்கிணைக்கும் வகையில் இந்தச் சேவையை அப்லேசன் துவக்கினார். அதாவது, தனித்தனியே ஒவ்வொருவரும் சொந்தமாக ஒரு தளம் அமைத்து இணைய நாட்குறிப்பு எழுதுவதற்கு பதில் ஒரே இடத்தில் எளிதாக தங்களுக்கான இணைய பக்கத்தை துவக்கி எழுதுவதற்கான வழியாக இந்த தளத்தை உருவாக்கினார்.

ஓபன் டைரி தளத்தைத் துவக்கியதற்கான ஊக்கம் பற்றி அபலேசன், நெட் இண்டர்வியூ புத்தகத்தில் தனது அனுபவத்தைப் பகிர்ந்துள்ளார். இணையத்தில் உலாவிக்கொண்டிருந்தபோது தற்செயலாக யாரோ ஒருவரது இணைய நாட்குறிப்புப் பக்கத்தை படிக்க நேர்ந்தது. அமெரிக்காவின் அலபாமாவைச் சேர்ந்த அந்த 18 வயது நாட்குறிப்பாளர் அமெரிக்கா முழுவதும் வலம் வந்த அனுபவத்தை எழுதிக்கொண்டிருந்தார். அவருடைய நாட்குறிப்பை ஆர்வத்தோடு வாசித்தவர், அவர் புதிதாக எழுதியிருக்கிறாரா எனப் பார்ப்பதற்காக மீண்டும் மீண்டும் அந்தப் பக்கத்திற்குச் செல்வதை வழக்கமாகக் கொண்டிருந்தார்.

அதன் பிறகு இதேபோல பலர் இணையத்தில் தனிப்பட்ட நாட்குறிப்புகளை பொதுவெளியில் எழுதி வருவதைப் பார்த்தார். அமெரிக்கா மட்டும் அல்லாமல், ரஷ்யா, இஸ்ரேல் என பல நாடுகளைச் சேர்ந்தவர்கள் எழுதுவதைப் பார்த்தார். எல்லோருடைய குறிப்புகளும் சுவாரஸ்யமாக இருப்பதாக உணர்ந்தார். தன்னைப்போலவே மற்றவர்களும் இவற்றை சுவாரஸ்யமாக உணர்வார்கள் என நினைத்தார். ஆனால், இந்த இணைய நாட்குறிப்புகளைத் தேடிக் கண்டுபிடிப்பது எளிதாக இல்லை என்றும் உணர்ந்தார்.

எனவே, இணைய நாட்குறிப்புகளை எல்லாம் ஒரே இடத்தில் எளிதாகப் படிக்கும் வாய்ப்பு இருந்தால் நன்றாக இருக்கும்

எனும் முடிவுக்கு வந்தார். மேலும், இணைய நாட்குறிப்புகளைத் துவக்க விரும்புகிறவர்களுக்கு அதற்கான நடைமுறை எளிதாக இல்லை. எனவே, இணைய நாட்குறிப்புகளை ஒரே இடத்தில் தொகுத்தளிக்கும் தளம், புதிய இணைய நாட்குறிப்புகளை எளிதாக உருவாக்கிக் கொள்ளவும் வழிசெய்தால் சிறப்பாக இருக்கும் என நினைத்தார். இதன் பயனாக உருவானதுதான் ஓபன் டைரி இணையதளம்.

இணைய நாட்குறிப்பாளர்களுக்கான முதல் சமூகம் எனும் அடைமொழியோடு அமைந்திருந்த இந்தத் தளம், புதிய நாட்குறிப்பு துவங்க வாருங்கள் என அழைப்பு விடுத்தது. அடையாளத்தை வெளிப்படுத்திக்கொள்ளாமல் செயல்படவும் அனுமதி அளித்தது. ஆரம்பித்த வேகத்தில், இணையவாசிகள் இந்தத் தளத்தை ஆர்வத்தோடு அணுகினர். இத்தகைய வசதியை எதிர்பார்த்திருந்தது போல பலரும் இந்தத் தளத்தில் நாட்குறிப்பு எழுதத்துவங்கினர். உறுப்பினர்கள் எழுதும் நாட்குறிப்பு தனியே பட்டியலிடப்பட்டிருந்தால், அவற்றைப் படிப்பது எளிதாக இருந்ததோடு, தாங்களும் எழுத வேண்டும் எனும் ஊக்கத்தையும் அளித்தது.

நாடுகள் அடிப்படையில் நாட்குறிப்புகளைப் பட்டியலிடுவது, இன்றைய நாட்குறிப்புகளை அடையாளம் காட்டுவது உள்ளிட்ட புதிய அம்சங்கள் தொடர்ந்து அறிமுகம் செய்யப்பட்டன. நாட்குறிப்பாளர்கள் எண்ணிக்கை ஆயிரக்கணக்கைக் கடந்தபோது, குறிப்பிட்ட கருப்பொருளில் நாட்குறிப்புகளை அடையாளம் காண, 'வட்டம்' *(Diary Circles)* வசதி தேடல் வசதி, நாட்குறிப்புக்கான பின்னணித்தேர்வு உள்ளிட்டவையும் அறிமுகமாயின. அதே போல, நாட்குறிப்பை படித்ததும் அதில் தங்கள் கருத்தை மற்றவர்கள் தெரிவிக்கும் வசதியும் அறிமுகமானது.

குறிப்புகளை வாசித்துக் கருத்துத் தெரிவிக்கும் வசதி பயனாளிகள் மத்தியில் பெரும் வரவேற்பு பெற்றது. மற்றவர்களோடு தொடர்பு கொள்ளும் வசதி தளத்திற்கு உரையாடல் தன்மையையும் அளித்தது. நாட்குறிப்புகளுக்கான சமூகமாக உருவாகிக் கொண்டிருந்த தளத்தின் நோக்கத்தையும் மேலும் அர்த்தமுள்ளதாக்கியது. பின்னூட்டம் என அறியப்படும் இந்தப் பதில் கருத்துத் தெரிவிக்கும் வசதி நவீன வலைப்பின்னல் வடிவத்தின் ஆதார அம்சங்களில் ஒன்றாகக் கருதப்படுகிறது.

இணையம் வளர்ந்துகொண்டிருந்த நிலையில், பயனாளிகள் மத்தியில் ஓபன் டைரி நல்ல வரவேற்பைப் பெற்றது. சில ஆண்டுகள் உச்சத்தில் இருந்த சேவை பின்னர் புதிய சேவைகளால் பின்னுக்குத்தள்ளப்பட்டு 2014ஆம் ஆண்டு தற்காலிகமாக மூடப்பட்டு பின்னர் மீண்டும் துவங்கி தொடர்ந்து செயல்பட்டு வருகிறது. பலரும் மறந்துவிட்டாலும், இணைய நாட்குறிப்புகளில் இருந்து நவீன வலைப்பதிவு சேவை பிறப்பதற்கான முக்கிய சேவையாக அமைகிறது.

17. நம் வாழ்க்கைக் குறிப்புகள் – லைவ்ஜர்னல்

வலைப்பதிவு வரலாற்றில் 'ஓபன் டைரி' சேவைக்குப் பின் அடுத்த மைல்கல்லாக லைவ்ஜர்னல் (LiveJournal) அறிமுகமானது. இணைய நாட்குறிப்பு அலை வீசத்துவங்கிய காலத்தில் 1999ஆம் ஆண்டில் அறிமுகமான லைவ்ஜர்னல் தன் பங்கிற்கு இந்த அலையை வளர்த்தெடுத்தது. சமூக வலைப்பின்னலுக்கான அம்சங்களையும் கொண்டிருந்தது. இப்போது திரும்பிப் பார்க்கையில் வியப்பளிக்கலாம்.

லைவ்ஜர்னல் அறிமுகமான வேகத்தில் வெற்றி பெற்று, இளம் இணைய நாட்குறிப்பாளர்கள் விரும்பிப் புழங்கிய சமூகப் பரப்பாக உருவானாலும், ஓபன் டைரிக்கு போட்டியாகவோ அல்லது இணைய நாட்குறிப்பு சேவையின் வர்த்தக வெற்றியை இலக்காகக் கொண்டோ அந்த சேவை உருவாக்கப்படவில்லை.

துடிப்பு மிக்க இளைஞரின் தனிப்பட்ட தேவைக்காக உருவாக்கப்பட்ட சேவை அதேபோன்ற தேவை கொண்ட லட்சக்கணக்கானோரைக் கவர்ந்தது.

பிராட் பிட்ஸ்பாட்ரிக் (Brad Fitzpatrick) தான் லைவ்ஜர்னல் சேவையை உருவாக்கிய இளைஞர். பிராட் அப்போதுதான் வாஷிங்டன் பல்கலையில் மாணவராகச் சேர்ந்திருந்தார். புதிய

நகருக்கு வந்து சேர்ந்திருந்தவர் தனது பழைய நண்பர்களோடு தொடர்புகொள்ளவும், தனது செயல்பாடுகளைப் பகிர்ந்து கொள்ளவும் விரும்பினார். அப்போது இணையத்தில் பிரபலமாக இருந்த நாட்குறிப்பு சேவைகளை அறிந்திருந்தார். ஆனால் அவை திருப்தி அளிக்கவில்லை.

சொந்த இணையதளத்தில் தன்னைப்பற்றிய தகவல்களை எளிதாகப் புதுப்பிக்க விரும்பியவர், அதற்கான நிரலை தானே எழுதினார். காலையில் குளிர்பானம் குடிக்கப் போகிறேன்; துணி துவைத்தாகிவிட்டது போன்ற குறிப்புகளை உடனே பதிவேற்ற இந்த நிரல் கைகொடுத்தது. இத்தனைக்கும் பதிவு செய்யவும் என்பதற்கான கட்டளைகூட இல்லாமல் அந்த நிரல் இருந்தது. 'எண்டர்' எனும் சொல்லைத் தட்டி இயக்கும் வகையில் அமைந்திருந்தது.

பிராட் வாழ்க்கைக் குறிப்புகளைப் பார்த்த நண்பர்கள் சிலர் தங்களுக்கும் அதே போன்ற வசதி வேண்டும் எனக் கேட்கவே, ஒவ்வொருக்கும் அந்த நிரலின் நகலைக் கொடுத்தார். இப்படியே அவரது நண்பர்கள் குழாம் முழுவதும் அந்த இணைய நாட்குறிப்பு மென்பொருள் பரவியது. இது புதிய சிக்கலைக் கொடுத்தது. ஒவ்வொரு நண்பருக்கும் ஏற்ப அவர் நிரலைப் புதுப்பிக்க வேண்டியிருந்தது. இதனால் வெறுத்துப்போனவர், நிரலை மைய இணையத்தில் கொண்டு வந்து யார் வேண்டுமானாலும், இணையலாம், அங்கிருந்து தங்கள் நாட்குறிப்பை புதுப்பிக்கலாம் என ஏற்பாடு செய்தார்.

இப்படி தான் லைவ்ஜர்னல் சேவை உருவானது. அவர் எதிர் பார்ப்பை மீறும் வகையில், நூற்றுக்கணக்கானோர் லைவ்ஜர்னல் சேவையில் உறுப்பினராகித் தங்களது நாட்குறிப்பைப் பகிர்ந்து கொள்ளத்துவங்கினர். உறுப்பினர் ஒவ்வொருவருக்கும் ஒரு முகப்புப் பக்கம் அளிக்கப்பட்டது. அதில் அவர்கள் தங்கள் குறிப்புகளை வெளியிடும் வசதி இருந்தது. சக உறுப்பினர்கள் அந்தக் குறிப்புகளுக்கு பதில் அளிக்கும் வசதியும் இருந்தது. மேலும் உறுப்பினர்கள் அறிமுகப் பக்கத்தில் தங்களைப்பற்றிய தகவல் களையும், ஆர்வங்களையும் இடம்பெறச்செய்யும் வழியும் இருந்தது.

அதோடு உறுப்பினர்கள் தங்களுக்கான நண்பர்கள் பட்டியலையும் உருவாக்கிக் கொள்ளும் வசதி அறிமுகம் ஆனது. நண்பர்கள்

பட்டியலில் உள்ளவர்கள் பகிரும் குறிப்புகளை அவர்கள் பக்கத்திற்குச் செல்லாமலே படிக்கலாம். நண்பர்கள் பட்டியலில் சேரக்கூடியவர்களுக்கான வரம்பும் இருந்தது.

இணைய நாட்குறிப்பாக மட்டும் அல்லாமல், குறிப்பிட்ட தலைப்புகளில் உறுப்பினர்கள் உரையாடுவதற்கான வசதியும் இருந்தது. இந்த வலைப்பதிவை தங்கள் சொந்த இணையதளத்தில் கொண்டு செல்லவும் முடிந்தது.

லைவ்ஜர்னல் வேகமாக வளர்ந்து அடுத்த சில ஆண்டுகளில் பத்து லட்சம் உறுப்பினர்களைத் தொட்டது. இதனிடையே பிளாகர் சேவை அறிமுகமாகி வலைப்பதிவு அலை வீசத்துவங்கினாலும், லைவ்ஜர்னல் துடிப்பான இணைய சமூகமாக விளங்கியது. அதிலும் குறிப்பாக, பிரபலங்கள் தொடர்பான தகவல்களைக் கிசுகிசு பாணியில் விவாதித்த 'ஓ தே டோண்ட் நோ' (*"Oh No They Didn't" (ONTD)*) குழு ஒரு லட்சம் உறுப்பினர்களுக்கு மேல் கொண்டிருந்தது. பயனாளிகள் இங்கு பிரபலங்கள் வாழ்க்கை பற்றியும், செய்திகள் குறித்தும் சுதந்திரமாக விவாதித்தனர். அதே நேரத்தில் பிரபலங்கள் மறைவின்போது உருகி வழிந்தனர். பாப் நட்சத்திரம் மைக்கேல் ஜாக்சன் மறைந்தபோது இந்தக் குழுவின் விவாதம்தான் பலருக்கு ஆறுதலாக அமைந்தது.

இந்த விவாதக் குழு போலவே, லைவ்ஜர்னலின் அடையாள சின்னமான பிராங் எனும் ஆடும் பயனாளிகள் மத்தியில் பிரபலமாக இருந்தது. இதன் பெயரில் வாராந்திர சித்திரக்கதையும் வெளியானது.

எனினும் லைவ்ஜர்னல் வெற்றிக்கதை சீரான பாதையில் முன்னேறவில்லை. இளைஞரான பிராட் நிறுவனத்தை நிர்வகிப்ப தில் சிக்கலை உணர்த்து, 2005ஆம் ஆண்டு மற்றொரு முன்னணி வலைப்பதிவு நிறுவனம் சிக்ஸ் அபார்டிற்கு விற்றுவிட்டார். அதன்பிறகு நிறுவன வளர்ச்சி எதிர்பாராத திசையில் பயணிக்கத்துவங்கியது. ரஷ்யர்கள் பலர் வலைப்பதிவு சேவை அளித்த சுதந்திரத்திற்காக லைவ்ஜர்னலை அதிகம் பயன்படுத்திய நிலையில், சிக்ஸ் அபார்ட் நிறுவனம் ரஷ்ய நிறுவனம் ஒன்றுக்கு இதை விற்றுவிட்டது. அதன் பிறகு ரஷ்ய நிறுவனமாக கட்டுப்பாடுகளுக்கு உள்ளாகி சர்ச்சைக்கும் இலக்கானது.

ஒரு கட்டத்தில், லைவ்ஜர்னலின் எழுச்சியும், வீழ்ச்சியும் எனப் பேச வேண்டிய நிலை ஏற்பட்டாலும், சமூக ஊடக வரலாற்றில் இந்தச் சேவையின் தடம் அழுத்தமாகப் பதிந்திருக்கிறது. மேலும் அதன் திறவுமூலத் தன்மை கொண்ட மென்பொருளைப் பல சேவைகள் பயன்படுத்துகின்றன.

கேம் ஆப் திரோன்ஸ் உள்ளிட்ட நவீன காவியங்களை எழுதிய முன்னணி எழுத்தாளர் ஆர்.ஆர்.மார்டின் லைவ்ஜனர்னில் வலைப்பதிவு செய்துகொண்டிருந்தார் என்பது இதன் தாக்கத்தை உணர்த்தும் இன்னொரு தகவல். லைவ்ஜர்னலின் பல்வேறு அம்சங்களைக் கொண்டதாகத் தோற்றம் தரும் ஃபேஸ்புக்கை நிறுவிய மார்க் ஜக்கர்பர்க், கல்லூரி மாணவராக இருந்தபோது லைவ்ஜர்னல் நாட்குறிப்பு சேவையைப் பயன்படுத்தியிருக்கிறார்.

18. எல்லோருக்கும் வலைப்பதிவு — பிளாகரின் வருகை

லைவ்ஜர்னல் அறிமுகமான அதே ஆண்டில் சில மாதங்களுக்குப் பின் பிளாகர் (Blogger) சேவை 1999 ஆகஸ்ட் மாதம் அறிமுகமானது. வலைப்பதிவு கருத்தாக்கமும், அதற்கான சேவைகளும் ஏற்கனவே அறிமுகமாகியிருந்த நிலையில், பெரிய அளவில் எந்த புதுமையாக்கத்தைக் கொண்டிருக்கவில்லை என்றாலும், பயன்படுத்துவதற்கு எளிதாக இருந்தது. இந்த எளிமையே பிளாகர் சேவைக்கு பெரும் வெற்றியை அளித்ததோடு, வலைப்பதிவு சேவை வெகுஜனமயமாகவும் வழிவகுத்தது.

இணைய நாட்குறிப்பு எனும் வேரில் இருந்து வலைப்பதிவு எனும் புதிய வடிவம் தனித்தன்மை பெற்று வளரவும் பிளாகர் உதவியது.

வலைப்பதிவு வரலாற்றைப் பொறுத்தவரை பிளாகர் முக்கிய மைல்கல். பிளாகர் சேவையை உருவாக்கிய இவான் வில்லியம்ஸ், திட்டமிட்டு இதை உருவாக்கவில்லை. அவர் ஏற்கனவே முயற்சித்துக்கொண்டிருந்த நிறுவனத்தின் கிளை முயற்சியாக பிளாகர் அமைந்தது.

கல்லூரிப் படிப்பை முடித்ததும், தொழில்நுட்பத்திலும், தொழில்முனைவிலும் ஆர்வம் கொண்டிருந்த வில்லியம்ஸ், 1998ல் 'பைரா லேப்ஸ்' எனும் நிறுவனத்தைத் துவக்கினார்.

மேக் ஹவரிஹன் என்பவர் *(Meg Hourihan)* இணை நிறுவனராக இணைந்துகொண்டார். இந்நிறுவனம், இணையம் மூலம் கூட்டு முயற்சிக்கான மென்பொருளை உருவாக்கத் திட்டமிட்டிருந்தது. இந்த மென்பொருள் உருவாக்கம் சிக்கலானதாக இருந்த நிலையில் அதிக முன்னேற்றம் இல்லாமல் திணறிக்கொண்டிருந்தது.

பைரா லேப்ஸ் குழுவில் இருந்த இவான் வில்லியம்ஸ் உள்ளிட்டவர்களுக்குத் தனிப்பட்ட இணையதளம் இருந்தது. இணைய நாட்குறிப்பு சேவைகள் மற்றும் வலைப்பதிவு கருத்தாக்கத்தையும் வில்லியம்ஸ் அறிந்திருந்தார். ஆனால், இணையதளக் குறிப்புகளைத் தனிப்பட்டதாக வைத்திருந்தனர். இதனிடையே, வில்லியம்ஸ் தனது இணையதளத்தை வலைப்பதிவாக மாற்றினார். அதற்காகத் தனி நிரல் ஒன்றையும் எழுதினார்.

அப்போது வலைப்பதிவு வசதி இருந்தாலும், புதிய குறிப்புகளைப் பதிவேற்ற ஒவ்வொரு முறையும் சிறிய நிரல் எழுதவேண்டியிருந்தது. ஆனால், வில்லியம்ஸ் இந்தச் செயலைத் தானியங்கிமயமாக்கி இருந்தார். மனதில் உள்ளதை எழுத நினைத்தால், உடன் எழுதி அதை வெளியிடும் வகையில் அவரது நிரல் அமைந்திருந்தது. ஆக, ஒரே கிளிக்கில் அவரால் எழுதியதை உடனே தனது தளத்தில் வெளியிட முடிந்தது.

ஜியோசிட்டிஸ் போன்ற சேவை மூலம் எளிதாகச் சொந்த இணைய தளம் அமைக்கும் வசதி இருந்ததை மீறிப் புதிய உள்ளடக்கத்தைப் பதிவேற்றுவது என்பது சிறிது தொழில்நுட்ப திறன் தேவைப்படும் விஷயமாகவே இருந்தது. ஆனால், வில்லியம்சின் நிரல் இதை மிகவும் எளிதாக்கியது. இதற்காகத் தன்னைத்தானே பாராட்டிக்கொண்ட வில்லியம்ஸ், எளிதாக எழுதி வெளியிடும் இந்த வசதி ஒரு முக்கிய அம்சமாக இருக்கலாம் என்பதை உணர்ந்தார்.

அடுத்ததாக இந்த நிரலை தனது நிறுவன குழுவினருக்கு அறிமுகம் செய்தார். குழுவினர் அந்த சேவை ஆர்வத்தோடு பயன்படுத்தத் துவங்கினர். நிறுவன வேலையை விட, இந்தச் சேவையையே அதிகம் பயன்படுத்தினர். எல்லோரும் ஒரு தனி இணையதளம் கொண்டு தகவல்களையும், செய்திகளையும் பகிர்ந்துகொண்டனர். இந்தப் போக்கை கவனித்த வில்லியம்ஸ் மனதில், இந்தச் சேவையே தனி வர்த்தகமாக உருவாகலாம் எனும் நம்பிக்கை உண்டானது.

அவர் ஏற்கனவே பிளாகர் எனும் இணைய முகவரியைப் பதிவு செய்து வைத்திருந்தார். வலைப்பதிவு கருத்தாக்கம் தொடர்பாக டேவ் வைனர் எழுதுவதைக் கவனித்து வந்தார். பீட்டர் மெர்ஹோல்ஸ் *(Peter Merholz)* எனும் வலைப்பதிவாளர், வெப்லாக் என ஆங்கிலத்தில் சொல்லப்படுவதை நாம் பிளாக் செய்கிறோம் எனும் பொருளில் வீ பிலாக் எனக் குறிப்பிட்டு சுருக்கமாக பிலாக் எனக் குறிப்பிட்டிருந்ததையும் கவனித்திருந்தார். கம்ப்யூட்டரில் எழுதியதை இணையத்தில் எளிதாகப் பதிப்பிக்கும் வசதியே தனி சேவையாக அறிமுகம் செய்யப் பொருத்தமானது என நினைத்தவர் பிளாகர் எனும் பெயரில் சேவையை அறிமுகம் செய்தார். பிளாகரில் எழுதுவதை பிளாக்ஸ்பாட் எனும் தளத்தில் பதிப்புக்கும் வசதியும் அறிமுகமானது.

பிளாகரில் எல்லாமே எளிதாக இருந்தது. வலைப்பதிவை உருவாக்கவும் எனும் பட்டனை கிளிக் செய்து புதிய வலைப்பதிவை உருவாக்கியவுடன், புதிய பதிவை கிளிக் செய்ததும் எழுதியது இணையத்தில் வெளியானது. அதைத் திருத்துவதும் எளிதாக அமைந்தது. தொடர்ந்து புதிய பதிவுகளை வெளியிடுவதும் எளிதாக இருந்தது. விளைவு பிளாகர் சேவை இணையவாசிகள் மத்தியில் மெல்ல பிரபலமானது. எந்தவிதத் தொழில்நுட்பத் தடையும் இல்லாமல் பயன்படுத்தக்கூடிய இந்தச் சேவையைப் பயனாளிகள் விரும்பிப் பயன்படுத்தித் தங்களுக்கான வலைப்பதிவை துவக்கினர்.

புத்தாயிரமாண்டு வாக்கில் பிளாகர் வலைப்பதிவு சேவையை ஆயிரக்கணக்கானோர் பயன்படுத்தினர். பிளாகர் சேவை இலவசமாக வழங்கப்பட்டது. எந்தவித வர்த்தக மாதிரியும் இல்லாமல் அறிமுகம் செய்யப்பட்ட பிளாகர் சேவை பயனாளிகளை ஈர்த்ததோடு, முதலீட்டாளர்களையும் கவர்ந்தது. வர்த்தக நோக்கில் நிறுவனம் தடுமாறினாலும், வலைப்பதிவு அலை வீசத்துவங்கியிருந்த சூழலில், 2003ஆம் ஆண்டு கூகுள் நிறுவனம் பிளாகர் சேவையையும், அதன் தாய் நிறுவனத்தையும் கையகப்படுத்தியது.

அதே ஆண்டு ஓபன் சோர்ஸ் தன்மை கொண்ட வேர்டுபிரஸ் வலைப்பதிவு சேவை அறிமுகமானது. வேர்டுபிரஸ் வலைப் பதிவாளர்களுக்கு மேலும் பல வசதிகளை அளித்தது. பின்னணிகளைத் தேர்வு செய்யும் வசதி, வெவ்வேறு பிளக்

இன் சேவைகள் போன்றவை வேர்டுபிரசை பிரபலமாக்கியது. தொடர்ந்து வலைப்பின்னல் அம்சம் கொண்ட டம்ப்ளர் சேவை அறிமுகமானது.

இதனிடையே வலைப்பதிவு எனும் வடிவம், தனிமனித பதிப்பு என்பதில் இருந்து மாறி, தனிப்பெரும் ஊடக வடிவமாக வளர்ச்சி பெற்றது. வலைப்பதிவுகளுக்கான முதல் விளம்பர வசதியை பிலாக் ஆட்ஸ் நிறுவனம் அறிமுகம் செய்ய, அதைத்தொடர்ந்து கூகுள் நிறுவனம் பிளாகர் சேவைக்கான ஆட் சென்ஸ் விளம்பர வருவாய் திட்டத்தை அறிமுகம் செய்தது. வலைப்பதிவு மூலம் வருமானம் ஈட்டலாம் என்பது வலைப்பதிவின் மீதான ஈர்ப்பை மேலும் அதிகமாக்கியது. வலைப்பதிவுச் சேவையை வர்த்தகமயமாகவும் ஆக்கியது. சமூக ஊடகம் வர்த்தகமயத்தை நோக்கி நகர்வதில் இது முக்கிய படியாகவும் அமைந்தது.

பிளாகரை உருவாக்கிய இவான் வில்லியம்ஸ் பின்னர் குறும்பதிவுச் சேவையை உருவாக்கிய நிறுவனக் குழுவிலும் முக்கியப் பங்கு வகித்தார். சில ஆண்டுகளுக்குப் பின் வலைப்பதிவை மீட்டுருவாக்கம் செய்யும் மீடியம் பதிப்பு மேடையையும் உருவாக்கினார்.

19. கூகுளை உலுக்கிய சமூக தேடல்

இருபது ஆண்டுகளுக்கும் மேலாக முன்னணி தேடியந்திரமாக இருக்கும் கூகுள், எத்தனையோ போட்டி தேடியந்திரங்களை எதிர்கொண்டிருக்கிறது. கூகுளுக்கு சவாலாக விளங்கிய பெரும்பாலான தேடியந்திரங்கள் வெற்றி பெற முடியவில்லை. நிலைத்து நிற்கும் சில தேடியந்திரங்களாலும் கூகுளை அசைக்க முடியவில்லை.

டெக்னோரெட்டியும் *(Technorati)* இந்த வரிசையில்தான் வருகிறது என்றாலும், சமூக ஊடக வரலாற்று நோக்கில் இந்த தேடியந்திரம் முக்கியத்துவம் பெறுகிறது. வலைப்பதிவுகளுக்காக உருவான முதல் தேடியந்திரம் என்பதே அந்த முக்கியம். அந்த வகையில் வலைப்பதிவுகளின் எழுச்சியைத் தீர்மானமாக உணர்த்தியதோடு, உச்சத்தில் இருந்த காலத்தில் கூகுளை வேறு எந்த போட்டி தேடியந்திரத்தையும் விட அதிகமாக அசைத்துப்பார்த்தது.

டெக்னோரெட்டியை கூகுளின் போட்டி தேடியந்திரம் என்று சொல்வதைவிட சமூக ஊடக யுகத்தின் மூல தேடியந்திரம் என வர்ணிக்கலாம். வலைப்பதிவுகள் புதிய அலையென உண்டாகத் துவங்கிய காலத்தில், இந்தப் பிரிவுக்கான தனி தேடியந்திரம் தேவை என்பதை உணர்ந்து துவங்கப்பட்ட முதல் தேடியந்திரம்.

வலைப்பதிவுகளின் வளர்ச்சி புத்தாயிரமாண்டுக்குப் பிறகு வேகமெடுத்தது. தனிமனித நாட்குறிப்புகள் எனும் நிலைமாறி வலைப்பதிவு வடிவம், புதிய சாத்தியங்களை

ஏற்படுத்திக்கொண்டிருந்தது. 2001இல் அமெரிக்காவின் இரட்டைக் கோபுரத் தாக்குதல் நிகழ்ந்தபோது, வலைப்பதிவுகளின் வாயிலாக மக்களின் உணர்வுகளும், அச்சமும், கோபமும் பதிவாயின. அதன் பிறகு அரசியல் களத்தில் வலைப்பதிவுகள் தாக்கத்தை ஏற்படுத்த துவங்கின. 2002இல் பெண் வலைப்பதிவாளர் ஒருவர் (ஹீதர் ஆம்ஸ்ட்ராங்) தனது வலைப்பதிவால் பணி நீக்கம் செய்யப்பட்டது பெரிய செய்தியானது. 2003, ஆண்டு பிளாக் எனும் ஆங்கில சொல் ஆண்டின் சொல்லாக ஆக்ஸ்போர்டு அகராதியால் தேர்வானது. 2004 ஆசிய சுனாமியின்போது, வலைப்பதிவுகள் பாதிப்பின் தீவிரத்தையும், மீட்புக்கான நேசக்கரத்தையும் பதிவு செய்தன.

இதனிடையே 2002ஆம் ஆண்டில் டேவிட் சிப்ரே *(David Sifry)* டெக்னோரெட்டி தேடியந்திரத்தைத் துவக்கினார். இணைய உலகில் யாருமே எதிர்பாராத; ஆனால் பலரும் வரவேற்றுப் பாராட்டிய சேவையாக டெக்னோரெட்டி அமைந்தது.

அல்டாவிஸ்டா, லைகோஸ், இன்போசீக் போன்ற தேடியந்திரங்களை எல்லாம் பின்னுக்குத்தள்ளி கூகுள் முன்னணி தேடியந்திரமாக நிலைபெறத்துவங்கியிருந்த காலம். கூகுள் மாபெரும் வர்த்தக பேரரசாகும் கனவை வெளிப்படுத்தாமல் தூய தேடியந்திரமாக தன்னை முன்னிறுத்திக்கொண்டிருந்தது. டாட்காம் குமிழுக்கு *(dotcom bubble)* மத்தியில் உருவான கூகுள் தனது கவனமெல்லாம் இணைய தேடலே என இருந்தது.

இந்தச் சூழலில் வலைப்பதிவு அலையை எப்படிப் புரிந்து கொள்வது எனும் குழப்பம் எல்லா தரப்பினருக்கும் இருந்தது. அமெரிக்க இதழியல் பேராசிரியர் 'ஜோ ரோசன்' போன்றவர்கள் வலைப்பதிவுகளை குடிமக்கள் இதழியல் என வர்ணித்தார். வலைப்பதிவு வரலாற்றாளர் 'ரெபேக்கா பிளட்', வலைப்பதிவு வழிகாட்டி புத்தகம் எழுதினார்.

வலைப்பதிவின் எழுச்சியைப் புரிந்துகொண்டவர்களில் ஒருவராக டேவிட் சிப்ரியும் இருந்தார். பங்குச்சந்தை தொடர்பான பணியில் இருந்தவர், வலைப்பதிவிலும் ஆர்வம் கொண்டிருந்தார். தான் எழுதிய பதிவுகளை யாரெல்லாம் படிக்கின்றனர் என்பதை அறியும் ஆர்வமும் கொண்டிருந்தார். அதற்கான வழியில்லாததால், ஒவ்வொரு வலைப்பதிவு பற்றிப் பேசும் இன்னொரு வலைப்பதிவின் இணைப்பைக் கண்டறிவதற்கான நிரலை தானே எழுதினார்.

வலைப்பதிவுகளை பின்தொடர்ந்து கண்காணித்து எழுதுவதற்காக அவர் உருவாக்கிய சேவைக்கு டெக்னோரெட்டி எனப் பெயரிட்டார். நண்பர்களும், சக வலைப்பதிவாளர்களும் இதில் ஆர்வம் காட்டவே டெக்னோரெட்டியைத் தனி சேவையாக அறிமுகம் செய்யத் தீர்மானித்தார். ஒரு வலைப்பதிவு, எத்தனை இடங்களில் இணைப்புகளைக் கொண்டுள்ளது என கண்டறியும் லிங்க் காஸ்மோஸ் உள்ளிட்ட நான்கு அம்சங்களுடன் இந்தச் சேவை அறிமுகமானது.

வலைப்பதிவு இணைப்புகளைத் தேடும் வசதியும் இந்தச் சேவை கொண்டிருந்தது. முன்னணி வலைப்பதிவுகளின் பட்டியலையும் கொண்டிருந்தது. ஆர்வம் உள்ள வலைப்பதிவு தொடர்பான விவரங்களைப் பின்தொடரும் வசதியும் இருந்தது. கூகுள் தேடலில் வலைப்பதிவுகளின் நிலையையும் தெரிந்துகொள்ள வழிசெய்தது.

வலைப்பதிவுகள் கூட்டாக, வலைப்பதிவு வெளி *("blogosphere")* அழைக்கப்படத்துவங்கிய சூழலில் இப்படி ஒரு சேவை தேவையாக இருந்தது. வலைப்பதிவில் ஆர்வம் கொண்டிருந்தவர்களுக்கான தேடியந்திரமாக டெக்னோரெட்டி உருவானது. வலைப்பதிவுகளை பட்டியலிடும் கையேடாகவும் இருந்தது. வலைப்பதிவாளர்களும், வலைப்பதிவில் ஆர்வம் கொண்டவர்களும் டெக்னோரெட்டியை விரும்பிப் பயன்படுத்தத் துவங்கினர்.

டெக்னோரெட்டி தொடர்ந்து புதிய அம்சங்களை அறிமுகம் செய்து வளர்ந்தது. அதன் நிறுவனர் சிப்ரே எதிர்பார்த்தது போல வலைப்பதிவு உலகமும் வளர்ந்தது. இணையதளங்களுக்கான கையேடாக யாஹூ பிரபலமானது போல, வலைப்பதிவுகளுக்கான சேவையாக டெக்னோரெட்டி அறியப்பட்டது. கூகுள் உள்ளிட்ட பொது நோக்கிலான தேடியந்திரங்களில் வலைப்பதிவுகளைத் தனியே தேட வழியில்லாதது டெக்னோரெட்டியைப் பிரபலமாக்கியது. வலைப்பதிவு தொடர்பான தகவல்களைத் தேடுவதற்கான சேவையாக கவனத்தை ஈர்த்தது.

நியூயார்க் டைம்ஸ், ஏஓஎல் போன்ற நிறுவனங்கள் சிப்ரேவுடன் கூட்டு ஏற்படுத்திக்கொண்டன. சிப்ரே, அமெரிக்க அதிபர் தேர்தலை வலைப்பதிவு வாயிலாக சி என்.என் தொலைக்காட்சிக்காக செய்தி சேகரித்தார்.

தொழில்முறை நோக்கில் வலைப்பதிவுகள் வளர்ந்த நிலையில், வலைப்பதிவுகள் பற்றிப் பேசவும், விவாதிக்கவும் ஏற்ற தரவுகளை டெக்னோரெட்டி வழங்கியது. டெக்னோரெட்டி முன்னிலை பட்டியல் அல்லது டெக்னோரெட்டி தகவல் அடிப்படையில் எனும் கருத்து வலைப்பதிவு உலகில் கவனம் பெற்றன. வலைப்பதிவுகள் செல்வாக்கையும், வாசகர் பரப்பையும் அளவிடும் சேவையாகவும் அறியப்பட்டது.

எல்லோரும் டெக்னோரெட்டியின் வலைப்பதிவு தேடல் பற்றி பேச கூகுள் கொஞ்சம் தாமதமாக விழித்துக்கொண்டு, 2005ஆம் ஆண்டில் தன் பங்கிற்கு வலைப்பதிவு தேடல் சேவையை அறிமுகம் செய்தது. இதனிடையே ஐஸ்ராக்கெட், பாப்டெக்ஸ், பிளாக்லைன்ஸ் உள்ளிட்ட போட்டி சேவைகளும் அறிமுகம் ஆகியிருந்தன. பல்வேறு வலைப்பதிவுக் கையேடுகளும் உருவாகியிருந்தன. இணையத்தின் கவனத்தை ஈர்த்த வலைப்பதிவு பிரிவில் டெக்னோரெட்டி முன்னணி தேடியந்திரமாக உருவானது.

அடுத்து வந்த ஆண்டுகளில் வலைப்பதிவு தேடல் பிரிவில் கடும் போட்டி நிலவியது. கூகுளுக்கு போட்டி எனும் நிலை மாறி கூகுள், வலைப்பதிவு தேடலில் போட்டியிட்டது. சில ஆண்டுகள் டெக்னோரெட்டியே இந்தப் போட்டியில் முன்னிலை வகித்தது. கூகுள் எப்படியும், வலைப்பதிவு தேடலுக்கு வரும் என காத்திருந்து தயாராக இருந்ததாக டேவிட் சிப்ரே ஒரு பேட்டியில் நம்பிக்கையோடு கூறியிருந்தார். கூகுள் போட்டியையும் சமாளித்தார்.

ஆனால், 2009க்குப் பிறகு டெக்னோரெட்டி சரிவை சந்தித்து. ஒரு கட்டத்தில் சிப்ரே நிறுவனத்தில் இருந்து வெளியேறினார். கூகுளும் அதன் பிறகு வலைப்பதிவு தேடலை கிடப்பில் போட்டது. எனினும் கூகுளின் உத்திகளை விட, உடனடி செய்திகளுக்கான வழியாக டிவிட்டர் உள்ளிட்ட சேவைகளின் வருகையும், டிக் உள்ளிட்ட சமூக கண்டறிதல் சேவைகளுமே டெக்னேரெட்டி சரிவுக்குக் காரணம் எனக் கருதப்படுகிறது.

இன்று டெக்னோரெட்டி பெரும்பாலும் மறக்கப்பட்டாலும், வலைப்பதிவு அலையைச் சரியாகக் கணித்து அதில் வெற்றிகரமாக பயணித்து வழிகாட்டிய சமூக தேடியந்திரமாக விளங்குகிறது என்பதை நினைவில் கொள்ள வேண்டும்.

20. வலை அதிர்ந்தது: ஸ்லேஷ்டாட் விளைவு

1997ஆம் ஆண்டு ஸ்லேஷ்டாட் (Slashdot) அறிமுகமானது. அதுனுடன் சமூகச் செய்தி எனும் புதிய வகையும் உண்டானது என்பதை அப்போது யாரும் அறியவில்லை. ஆனால், ஸ்லேஷ்டாட் தொடர்ந்து இணையத்தில் உண்டாக்கிய அதிர்வுகள் அதன் ஆற்றலைப் புரிய வைத்தது.

செய்திகள் பகிரப்படும், வாசிக்கப்படும், விவாதிக்கப்படும் விதத்தையே மாற்றி அமைத்ததுதான் ஸ்லேஷ்டாட்டின் சிறப்பு. இன்று பங்கேற்பு இணையம், பயனர் உள்ளடக்கம் என்றெல்லாம் சொல்லப்படும் சமூக ஊடக முக்கிய அம்சங்களுக்கான முக்கிய துவக்கப்புள்ளிகள் ஒன்று ஸ்லேஷ்டாட்.

பங்கேற்புத் தன்மை கொண்ட மென்பொருள் ஆர்வலர்களுக்கான செய்தி சேவையாக ஸ்லேஷ்டாட் துவங்கியது. அதன் வளர்ச்சிக்கும், அது ஏற்படுத்திய தாக்கத்திற்கும் இந்த துவக்கம் பொருத்தமானது தான். ஏனெனில், ஸ்லேஷ்டாட் செய்திகளை பயனாளிகளே சமர்பித்து, அவர்களே அதை முன்னெழச்செய்து, பலவிதங்களில் விவாதிக்கும் வழக்கத்தைக் கொண்டு வந்தது.

பயனர்களே அதாவது செய்திகளை வாசிப்பவர்களே அதைப் பகிர்ந்து தேர்வு செய்து விவாதிப்பது என்பதை 1990களில் யாரும் நினைத்துப்பார்த்திருக்க வாய்ப்பில்லை. அப்போது எண்ணற்ற

செய்தித் தளங்கள் இருந்தன. அவற்றைத் தொகுத்தளிக்கும் திரட்டிகளும் இருந்தன. ஆனால், வாசகர்கள் வாசகர்களாகவே இருந்தனர்.

ஸ்லேஷ்டாட் இதை மாற்றிக்காட்டியது. ஸ்லேஷ்டாட் உறுப்பினர்களே அதில் செய்திகளுக்கான இணைப்பை சமர்பித்தனர். எல்லோரும் இணைப்புகளை சமர்ப்பித்தாலும், அவற்றில் தகுதியுள்ளதே கவனிக்கப்படும் செய்திகளைத் தேர்வு செய்ய உறுப்பினர்கள் வாக்களித்தனர். அதிக வாக்குகள் பெறும் செய்திகள் முன்னிலை பெற்றன. குறைந்த வாக்குகள் அல்லது எதிர் வாக்குகள் பெற்றவை பின்னுக்குத்தள்ளப்பட்டன. இவற்றை ஆசிரியர் குழு மேற்பார்வை செய்தது என்றாலும், எல்லாவற்றிலும் ஒரு ஜனநாயகத்தன்மை இருந்தது. உறுப்பினர்கள் வாக்குகளின் நம்பகத்தன்மை அவர்கள் பங்கேற்பு மூலம் தீர்மானிக்கப்பட்டது. இதற்காக கர்மா எனும் புள்ளி முறை உண்டாக்கப்பட்டது. அதிக புள்ளிகள் பெற்றவர்களே சக உறுப்பினர்களை நிர்வகிக்க முடியும் எனும் நிலை இருந்தது.

ஸ்லேஷ்டாட் ஒரு துடிப்பான சமூகத்தை உருவாக்கியது. அதன் உறுப்பினர்கள் சமர்ப்பிக்கப்படும் செய்தி இணைப்புகளை ஆர்வத்தோடு விவாதித்தனர். இந்த விவாதச் சரடு, செய்திகளை பல்வேறு கோணத்தில் புரியவைத்ததோடு, எண்ணற்ற துணை தகவல்களையும் அறிய உதவியது. வெகுஜன ஊடகத்தின் தொடர்ச்சியாக இணையத்திலும், பிரபலமானவை, படிக்கப்பட்டவை, கவனம் பெறும் செய்திகளே முன்னிறுத்தப்பட்ட நிலையில், ஸ்லேஷ்டாட் சமூகம் பரபரப்பை விலக்கு அர்த்தமுள்ள வகையில் செய்திகளைத் தேர்வு செய்தது.

இதுவே ஸ்லேஷ்டாட் விளைவை உண்டாக்கியது. அதாவது, ஸ்லேஷ்டாட்டில் விவாதிக்கப்படும் செய்தி இணைப்புகளில் குறிப்பிடப்படும் இணையதளங்களுக்கு அதன் பயனாளிகள் படையெடுக்கும் தன்மை இருந்தது. பல நேரங்களில், இப்படி படையெடுக்கும் வாசகர்கள் வருகையை சமாளிக்க முடியாமல் சிறிய, சுயேட்சை தளங்கள் தடுமாறி முடங்கி விடுவதுண்டு. இதுவே ஸ்லேஷ்டாட் விளைவு என வர்ணிக்கப்பட்டது.

எங்கோ கண்ணுக்குத்தெரியாமல் இருக்கும் ஒரு நல்ல இணையதளம் ஸ்லேஷ்டாட்டில் அடையாளம் காட்டப்பட்டு பெருமளவு

வரவேற்பைப் பெற்றது இயல்பாக நிகழ்ந்தது. ஊடகப் பரிந்துரை, மார்க்கெட்டிங் மாயாஜாலம் எல்லாம் இல்லாமல் இயல்பாக இது நிகழ்ந்தது. ஸ்லேஷ்டாட்டின் பங்கேற்கும் தன்மையே இதை சாத்தியமாக்கியது.

ஸ்லேஷ்டாட் இப்படி திட்டமிட்டு உருவாக்கப்படவில்லை. இயல்பாக இந்த திசையில் அது வளர்த்தெடுக்கப்பட்டது.

ராப் மால்டா எனும் கல்லூரி மாணவர் தான் ஸ்லேஷ்டாட்டை உருவாக்கினார். தொழில்நுட்பத்தில், குறிப்பாக, ஓபன் சோர்ஸ் மற்றும் லினக்ஸ் உள்ளிட்டவற்றில் ஆர்வம் கொண்டிருந்த மால்டா சொந்தமாக இணையதளம் ஒன்றை வைத்திருந்தார். அதில் சிப்ஸ் அண்ட் டிப்ஸ் எனும் பகுதியில்தான் கண்டறியும் தொழில்நுட்ப செய்திகளின் இணைப்புகளைப் பகிர்ந்துகொண்டு வந்தார்.

இந்தப் பகுதியை தினமும் புதுப்பிக்க வேண்டியிருந்ததால், இதை மேம்படுத்துவதற்காக ஸ்லேஷ்டாட் தளத்தை, நண்பருடன் இணைந்து துவக்கினார். செய்திகளுக்கான முகப்பு பக்கம், செய்திகளை சமர்பிக்கும் வழி, விவாத பகுதி ஆகியவற்றுடன் இணைய வாக்கெடுப்பு வசதியுடன் இந்த தளம் அமைந்திருந்தது.

பெரும்பாலும் ஓபன் சோர்ஸ் மற்றும் லினக்ஸ் பற்றியே விவாதிக்கப்பட்ட நிலையில், லினக்ஸ் ஆர்வலர்கள் மத்தியில் இந்தத் தளம் வரவேற்பைப் பெற்றது. வேறு எந்த இடத்தையும் விட லினக்ஸ் சார்ந்த செய்திகளைச் சிறந்த முறையில் அறியும் வசதி இதன் ஈர்ப்பை இன்னும் அதிகமாக்கியது. ஸ்லேஷ்டாட்டிற்கு என தனி சமூகம் உருவானது.

தொடர்ந்து அந்தத் தளத்தை மேம்படுத்தும் கர்மா புள்ளிகள் உள்ளிட்ட ஜனநாயக அம்சங்கள் அறிமுகமாயின.

ஸ்லேஷ்டாட் தொழில்நுட்ப ஆர்வலர்களுக்கான சேவையாக இருந்தாலும் அதில் கண்டெடுக்கப்பட்டு, விவாதிக்கப்பட்ட விஷயங்கள் இணையத்தில் பெரும் தாக்கத்தை ஏற்படுத்தின. ஒரு கட்டத்தில் ஸ்லேஷ்டாட் தளத்தில் தொழில்நுட்பம் தவிர அரசியல் செய்திகளும் விவாதிக்கப்பட்டன.

பயனர்களால் வழிநடத்தப்படும் அதன் புதுமையான தன்மை இணையத்தைத் திரும்பிப் பார்க்க வைத்தது.

ஸ்லேஷ்டாட் தளம் தன்னுடைய வலைப்பதிவு பழக்கத்தில் இருந்து துவங்கியது என ராப் மால்டா கூறியிருக்கிறார். அப்போது வலைப்பதிவு செய்வது என்பதே அறிமுகம் ஆகியிருக்கவில்லை என குறிப்பிட்டுள்ளவர் ஐஆர்சி எனும் இணைய அரட்டை சேவையில், மெயில் குழுக்களில் இருந்து தான் பெற்ற தகவல்களின் நீட்டிப்பாக இந்த சேவை உருவானது என்று கூறியுள்ளார்.

ஓபன் சோர்ஸ் ஆர்வலர்களே ஆரம்ப பயனாளிகளாக இருந்து தளத்தை வளர்த்தெடுத்தனர் என்றும் கூறியுள்ளார்.

ஸ்லேஷ்டாட் அறிமுகமான அதே காலகட்டத்தில் ஃபார்க் *(Fark)* எனும் பங்கேற்புத் தன்மை கொண்ட செய்தி தளமும் அறிமுகமானது. குரோ5ஹின் *(Kuro5hin)* எனும் செய்தித் தளமும் அறிமுகமானது.

இந்த வகைப் பங்கேற்புத் தளங்கள் வளர்ச்சியில் அடுத்த கட்டமாக டிக் *(Digg)* 2005ம் ஆண்டு அறிமுகமாகி ஒட்டுமொத்த இணையத்தையும் அதிர வைத்தது. அதே ஆண்டு அறிமுகமான ரெட்டிட் தளம், இணையத்தின் துடிப்புமிக்க இணைய சமூகமாக விளங்குகிறது. டிக் பின்னர் செல்வாக்கு இழந்தாலும் அது உச்சத்தில் இருந்த காலத்தில் ஏற்படுத்திய தாக்கம் நிகரில்லாதது.

ஸ்லேஷ்டாட்டிற்கு முன்னர் செய்தி தளம் இருந்தது. தகவல் பலகை சேவைகள் இருந்தன. ஆனால் இவை இரண்டும் அரிதாகவே சந்தித்தன. இந்த இரண்டையும் இணைத்து தொடர் விவாதத்தை ஏற்படுத்தலாம் என ஸ்லேஷ்டாட் உணர்த்தியதாக, குரோ5 சேவையை உண்டாக்கிய முன்னணி பத்திரிகையாளர் ரஸ்டி பாஸ்டர் கூறியிருக்கிறார். ஒரு இணையதளத்தை யார் வேண்டுமானாலும் பங்கேற்கும் வகையில் திறந்துவிட்டு, அதுவே அந்தத் தளத்தைச் சிறந்ததாக மாற்றும் என்பதை ஸ்லேஷ்டாட் உணர்த்தியது என்றும் அவர் குறிப்பிட்டுள்ளார்.

ஸ்லேஷ்டாட் துவக்கி வைத்த சமூகச் செய்தியின் தன்மையும் அதுதான்.

21. உலகம் கூடி இழுக்கும் தகவல் தேர் – விக்கிபீடியா எனும் அற்புதம்

சமூக ஊடகம் என்பது, பயனர்களை மையமாகக் கொண்ட பலவகையான இணையவழி தகவல் தொடர்பு சேவைகளைக் குறிக்கும் குடைசொல்லாகக் கருதப்படுகிறது. பரந்து விரிந்த சொல்லின் கீழ்தான், இணைய கூட்டு முயற்சியின் அடையாளமான விக்கிபீடியா வருகிறது. கட்டற்ற களஞ்சியமான விக்கிபீடியா பயனர் உருவாக்கிய களஞ்சியம் என்ற வகையில், அதுவரை கலைக்களஞ்சியங்களுக்கான வரையறையையும், செயல்முறையையும் தலைகீழாக்கி வெற்றி பெற்றிருக்கிறது.

எவர் வேண்டுமானாலும் தகவல்களை இடம் பெற வைக்கலாம், எவர் வேண்டுமானாலும் திருத்தலாம் எனும் அம்சங்களினால், ஆரம்பத்தில் சந்தேகிக்கப்பட்ட விக்கிபீடியா அதே தன்மையினால் மகத்தான வெற்றி பெற்றிருக்கிறது.

எண்ணிக்கையிலும் சரி, தரத்திலும் சரி நிகரில்லாமல் அமைந்துள்ள விக்கிபீடியாவில் வியப்பதற்கு எண்ணற்ற அம்சங்கள் இருக்கின்றன. தன்னார்வலர்களின் கூட்டு முயற்சி ஒரு அற்புதம் என்றால், திருத்தங்களை சரிபார்க்கும் தன்மை, அதற்கான நெறியாளர்கள் அடுக்கு என விக்கிபீடியா செயல்படும் விதம் ஆச்சர்யத்தின் எல்லையை தொடலாம்.

விக்கிபீடியாவின் செயல்திறனுக்குப் பின்னே இருப்பது 'விக்கி' எனும் சமூக மென்பொருள். விக்கிபீடியாவின் பெயருக்கு மட்டும் அல்ல அதன் செயல்பாட்டிற்கும் விக்கி மென்பொருள்தான் அடிப்படை.

விக்கி மென்பொருள், வார்ட் கன்னிங்காம் எனும் அமெரிக்க மென்பொருளாளரால் 1994ஆம் ஆண்டு உருவாக்கப்பட்டது. அடிப்படையில் இது கூட்டு முயற்சிக்கான மென்பொருள். கம்ப்யூட்டர் நிரல் எழுதும் வல்லுனர்கள் தங்களுக்குள் தகவல்களைப் பரிமாறிக்கொண்டு குழுவாக இணைந்து செயல்பட உதவும் நோக்கத்துடன் இந்த மென்பொருளை கன்னிங்காம் உருவாக்கினார்.

தொழில்நுட்ப நோக்கில் பார்த்தால் ஆப்பிள் நிறுவனம் உருவாக்கிய ஹைபர்கார்டு எனும் மென்பொருள் சேவை விக்கியின் முன்னோடி எனலாம். அதேபோல கருத்தாக்க நோக்கில் பார்த்தால், கம்ப்யூட்டர் மேதை வானவூர் புஷ் முன்வைத்த மெமிக்ஸ் இதன் முன்னோடி எனலாம்.

மனிதகுலத்தின் அறிவை எளிதாக அணுகக் கூடிய வலைப்பின்னல் தன்மை கொண்ட மெமிக்ஸ் கருத்தாக்கம் இணையத்திற்கும் முன்னோடி என்பது குறிப்பிடத்தக்கது. ஆப்பிளின் ஹைபர்கார்டு, கம்ப்யூட்டரில் பல மெய்நிகர் அட்டைகளை உருவாக்கி அவற்றை ஒன்றோடு ஒன்று தொடர்புகொள்ள வழிசெய்தது.

இதேபோன்ற வசதி கொண்ட மென்பொருள், கம்ப்யூட்டர் புரோகிராமர்களுக்கு தேவை என நினைத்த கன்னிங்காம் அதற்கான முயற்சியில் ஈடுபட்டிருந்தார். குழுவாகச் செயல்படுபவர்கள் தங்களுக்கு இடையே கருத்துகளைப் பரிமாறிக்கொண்டு, திருத்தங்களை மேற்கொள்வதையும் எளிதாக்க விரும்பினார். இத்தகைய திட்டங்களில் என்ன சிக்கல் என்றால், தகவல்களும், திருத்தங்களும் ஏற்கப்பட்டு பதிவு செய்யப்பட தாமதமாகலாம்.

ஆனால், எந்தவித தாமதமும் இல்லாமல் இயல்பாகக் கருத்துகள் பரிமாறப்பட வேண்டும் என கன்னிங்காம் விரும்பினார். இதற்காக அவர் பங்கேற்பாளர்களே திருத்தங்களை மேற்கொள்ளும் வகையிலான மென்பொருள் நிரலை எழுதினார். குழுவாக இணைந்து செயல்படுபவர்கள் மத்தியில் பரஸ்பர நம்பிக்கை

இருக்கும் எனும் அடிப்படையில், தனது நிரலில் அவர் பயனாளிகளே திருத்தம் செய்ய வழிசெய்தார். இந்த மென்பொருளில் திருத்து எனும் வசதி கொண்டு எவரும் திருத்தம் செய்யலாம். அதை மற்றவர்கள் மாற்றலாம் அல்லது முழுவதும் நீக்கலாம். ஆனால் எல்லா திருத்தங்களும், சேமிக்கப்பட்ட வரலாறாகத் தொகுப்பில் இருக்கும்.

ஆக, எளிதான தகவல் பரிமாற்றத்துடன், திருத்தங்களை மேற்கொள்ளும் வசதியும், அவற்றைச் சரிபார்க்கும் வசதியும் கொண்ட இந்த மென்பொருள் குழு செயல்பாட்டிற்கு ஏற்றதாக அமைந்தது. இந்த மென்பொருளின் விரைவுத் தன்மையைக் குறிக்கும் வகையில் குவிக் வெப் என பெயர் வைக்க விரும்பினார். எனினும் ஹானலாலு பயணத்தின்போது பயன்படுத்திய விரைவு ரெயிலுக்கு ஹவாய் மொழியில் ‘விக்கிவிக்கி’ என பயன்படுத்தப்பட்ட சொல் பிடித்திருந்தால் ‘விக்கிவிக்கிவெப்’ எனும் பெயரை தேர்வு செய்தார்.

1995ஆம் ஆண்டில், தனது சி2 இணையதளத்தில் விக்கி மென்பொருளைப் பதிவேற்றினார். எந்தக் கட்டுப்பாடும் இல்லாமல் எவரும் பயன்படுத்த அனுமதித்தார். அவரது குழுவினர் இந்த மென்பொருளைப் பயன்படுத்தி வியந்த நிலையில் மற்ற குழுவினரும் இதைப் பயன்படுத்தத் துவங்கினர். விக்கி மெல்ல தொழில்நுட்ப உலகில் பரவலாக பயன்படுத்தப்பட்டு வந்தது.

இதனிடையே ஜிம்மி வேல்ஸ் புதுமையான இணைய களஞ்சியம் ஒன்றை உருவாக்கும் முயற்சியில் ஈடுபட்டிருந்தார். ஏற்கனவே பொமிஸ் எனும் இணைய கையேட்டை நடத்திக்கொண்டிருந்த ஜிம்மி வேல்ஸ், இணையத்தின் ஆற்றலைக் கொண்டு ஒரு கலைக்களஞ்சியத்தைத் துவக்கினால் அது வளர்ந்துகொண்டே இருக்கும் என நினைத்தார்.

லாரி சாங்கர் எனும் பிஎச்டி மாணவருடன் இணைந்து இந்த எண்ணத்தை செயல்படுத்தினார். நூபிடியா எனும் பெயரில் இந்த இணைய களஞ்சியம் துவங்கப்பட்டது. உலகம் முழுவதும் உள்ள அறிஞர்கள் துணையோடு இந்தக் களஞ்சியத்தை வளர்த்தெடுப்பது என்பது திட்டம். கட்டுரைகளை வல்லுனர்கள் குழு கொண்டு சரிபார்க்க விரிவான முறையையும் உருவாக்கியிருந்தனர்.

ஆனால், எதிர்பார்த்த வேகத்தில் இந்த திட்டம் வளரவில்லை. கட்டுரைகள் குறைவாக வந்ததோடு, அவை சரி பார்க்கப்பட்டு வெளியிடப்படத் தாமதமானது. இடைப்பட்ட கட்டங்களில் கட்டுரைகள் நின்றுபோயின. இந்தப் பிரச்னைய சமாளிக்கும் வழியை யோசித்துக்கொண்டிருந்த நிலையில் கூட்டு முயற்சிக்கான விக்கி மென்பொருள் பற்றி அறிந்த சாங்கர், ஜிம்மி வேல்சிடம் அதைப் பரிந்துரைத்தார். உடனே சோதனை முறையில் விக்கியைப் பயன்படுத்திப் பார்க்கத் தீர்மானித்தனர்.

கலைக்களஞ்சிய கட்டுரைகளுக்கான முதல் வடிவத்தை சமர்ப்பிக்க விக்கியைப் பயன்படுத்த திட்டமிட்டனர். ஆனால், இதற்கு நூபிடியா ஆசிரியர் குழு எதிர்ப்புத் தெரிவிக்கவே, விக்கி கட்டுரை திட்டத்தைத் தனியே மேற்கொள்ள முடிவுசெய்தனர். இப்படித் துவங்கியது தான் விக்கிபீடியா. இதில் கட்டுரைகளை யார் வேண்டுமானாலும் இடம்பெற வைத்து யார் வேண்டுமானாலும் திருத்தலாம் எனும் வசதியைப் பலரும் ஆர்வத்துடன் பயன்படுத்தவே பங்கேற்பாளர்கள் அதிகரித்தனர்.

விக்கி சார்ந்த களஞ்சியமே எதிர்காலம் எனத் தீர்மானித்தவர்கள் விக்கிபீடியாவை வளர்த்தெடுக்கத் தீர்மானித்தனர். துவக்கத்தில், கட்டுரைகளை நிராகரிக்கும் மையக் கட்டுப்பாடு சாங்கர் வசம் இருந்தது. ஆனால், விக்கி பங்கேற்பாளர்கள் இத்தகைய மைய அதிகாரத்தை ரசிக்கவில்லை. ஜிம்மி வேல்சும் விக்கி போன்ற கூட்டு முயற்சி சார்ந்த உள்ளடக்கத்தை நிர்வகிக்க மேலிருந்து இயக்கப்படும் முறை சரியாக இருக்காது என நினைத்தார்.

விக்கிபீடியா செயல்பாடுகளை நிர்வகிக்க மையமில்லா முறையைக் கொண்டு வந்து தன்னார்வலர்களிடம் பொறுப்பை ஒப்படைத்தார். இதனிடைய கருத்து வேறுபாடால் சாங்கர் பிரிந்து சென்றுவிட்டார். வேல்ஸ், வருவாய்க்காக விளம்பரத்தை நாடக்கூடாது என முடிவு செய்து, விக்கிபீடியாவை லாப நோக்கில்லாத தளமாக மாற்றி விக்கிமீடியா அமைப்பின் கீழ் கொண்டு வந்தார்.

புத்தாயிரமாண்டில் அறிமுகமான பிறகு விக்கிபீடியா பயனர்கள் பங்களிப்போடு பெரும் வளர்ச்சி கண்டுள்ளது. ஆரம்ப சந்தேகங்களையும், விமர்சனங்களையும் வென்று, இணையத்தின் ஆகச்சிறந்த தகவல் சுரங்கங்களில் ஒன்றாக உருவாகியிருக்கிறது. ஆங்கிலம் தவிர தமிழ் உள்ளிட்ட நூற்றுக்கும் மேற்பட்ட

மொழிகளில் செயல்படுகிறது. விக்கிபீடியா தவிர பத்துக்கும் மேற்பட்ட துணைக் களஞ்சியங்களைக் கொண்டுள்ளது.

விக்கிபீடியாவில் சிக்கல்களும் மோதல்களும் இல்லாமல் இல்லை. ஆனால் அவற்றுக்குத் தீர்வு காணும் வழிகளும் இருக்கின்றன. இதே போலவே தகவல்களின் துல்லியத்தையும் நடுநிலையையும் உறுதி செய்யும் வழிமுறைகளும் இருக்கின்றன. தகவல்களைத் திருத்தினாலும், அதன் வரலாற்றைத் திரும்பிப் பார்க்கும் வசதி மற்றும் நெறியாளர்கள் உள்ளிட்ட முறை கட்டுரைகளில் தெரிந்தும், தெரியாமல் சமர்ப்பிக்கப்படும் தவறுகள் நீக்கப்பட வழி செய்கிறது. தகவல்கள் மட்டும் அல்லாமல், முக்கிய செய்திகளும் கூட விக்கிபீடியாவில் உடனடியாக பதிவேற்றப்பட்டு அதற்கான பக்கம் உண்டாக்கப்படுகிறது. எல்லாமே பயனர்கள் எனும் தன்னார்வலர்களால் நிகழ்கிறது. விக்கி மென்பொருள் அதன் அடிப்படையாக அமைந்திருக்கிறது.

22. அந்த நாள் ஞாபகம் நெஞ்சிலே வந்ததே!

மார்க் ஜக்கர்பர்கிற்கு 11 வயதுதான் ஆகியிருந்தபோது கிளாஸ்மேட்ஸ்.காம் இணையதளம் அறிமுகமானது. இந்த ஒற்றை வரி சமூக வலைப்பின்னல் வரலாற்றை ரத்தினச்சுருக்கமாகச் சொல்லிவிடுகிறது.

1995ஆம் ஆண்டு அறிமுகமான கிளாஸ்மேட்ஸ்தான் ஒருவிதத்தில் சமூக வலைப்பின்னல் தளங்களின் துவக்கப்புள்ளி. இதற்கு இரண்டு ஆண்டுகளுக்குப் பிறகு 1997 ல் சிக்ஸ்டிகிரிஸ்.காம் அறிமுகமானது. பின்னர் பிரண்ட்ஸ்டர், மைஸ்பேஸ் ஆகிய சமூக வலைப்பின்னல் தளங்கள் அறிமுகமாயின.

இவற்றுக்கு எல்லாம் பின்னர்தான், ஜக்கர்பர்கின் ஃபேஸ்புக் அறிமுகமானது. தொடர்ந்து எண்ணற்ற சமூக வலைப்பின்னல் சேவைகள் அறிமுகமாகிவிட்டன என்றாலும், இணையத்தில் நட்பு வலை விரிக்க வழிசெய்த முதல் இணையதளம் கிளாஸ்மேட்ஸ்.

பசுமை நிறைந்த நினைவுகளே எனப் பாடியபடி, பள்ளியில் ஒன்றாகப் படித்த பழைய நண்பர்களைக் கண்டறிந்து மீண்டும் நட்புகொள்ள வைப்பதற்காக இந்தத் தளம் உருவாக்கப்பட்டது. அமெரிக்கரான ரேண்டி கோனார்டு *(Randy Conrad)* இந்தத் தளத்தை நிறுவினார்.

கொனார்டு அப்போது போயிங் நிறுவனத்தில் பணியாற்றிக் கொண்டிருந்தார். வலையும் அப்போதுதான் பிரபலமாகத்

துவங்கியிருந்தது. வலையால் ஈர்க்கப்பட்ட கொனார்டு, அதன் தொடர்பு ஆற்றலைக் கொண்டு பயனுள்ள சேவை ஒன்றை உருவாக்குவது பற்றி யோசித்துக்கொண்டிருந்தார்.

அந்தக் கால கட்டத்தில் அவர் மனது அந்த நாள் ஞாபகம் நெஞ்சிலே வந்ததே எனப் பாடிக்கொண்டிருந்தது. அதாவது, பள்ளிப்பருவத்தில் தன்னுடன் படித்த நண்பர்களை மீண்டும் சந்திக்க வழி தேடிக்கொண்டிருந்தார். இதற்கு ஏற்ற சேவை எதுவும் இணையத்தில் இல்லை என்பதை உணர்ந்தவர், தானே அதை உருவாக்கத் தீர்மானித்தார்.

இப்படி உருவானது தான் கிளாஸ்மேட்ஸ்.காம். அடிப்படையில் இந்தத் தளம் மிகவும் எளிமையாக இருந்தது. பள்ளிப்பருவ நண்பர்களைச் சந்திக்க விரும்புகிறவர்கள் இந்தத் தளத்தில் இமெயில் முகவரியை சமர்ப்பித்து, தங்களைப்பற்றிய விவரங்களையும் பதிவு செய்துகொள்ள வேண்டும். இதனடிப்படையில், அவர்கள் தளத்தின் மற்ற உறுப்பினர்களை அணுகலாம். இதன் மூலம், தங்களுடன் படித்த பழைய மாணவர்களைக் கண்டறிந்து தொடர்பு கொள்ளலாம்.

பதிவு செய்து கொள்பவர்கள் தாங்கள் படித்த பள்ளிப் பெயரை குறிப்பிட்டுப் பதிவு செய்யவேண்டும் என்பதால், பழைய நண்பர்களைத் தேடிக் கண்டுபிடிப்பது எளிதாக இருந்தது.

புதுப்புது இணையதளங்கள் அறிமுகமாகிக் கொண்டிருந்த காலத்தில், பழைய நண்பர்களைக் கண்டுபிடித்து நட்பை புதுப்பித்துக்கொள்ள வழி செய்த கிளாஸ்மேட்ஸ் தளம் அமெரிக்காவில் பெரும் வரவேற்பைப் பெற்றது. பள்ளிப் பருவத்தில் வெள்ளி விழா சந்திப்புகளுக்கு திட்டமிட்டிருந்த வர்கள் எல்லாம் எளிதாக தங்கள் பழைய நண்பர்களை தேடிக் கண்டுபிடிக்க இந்தத் தளம் உதவியது. இதன் காரணமாகவே பிரபலமானது.

பழைய நண்பர்கள் தங்கள் நினைவுகளைப் பகிர்ந்து கொள்வதற்கான வேறு பல உபசேவைகளையும் இந்தத் தளம் வழங்கியது. ஒரு கட்டத்தில் இவற்றைக் கட்டணச் சேவையாகவும் அறிமுகம் செய்தது. அமெரிக்காவின் அனைத்து மாநிலங்களிலும் விரிவாக இந்தத் தளம் பெரிய வரவேற்பைப் பெற்றது. அண்டை நாடான கனடாவிலும் இதன் சேவை விரிவானது.

ஆனால் பின்னர் கல்லூரி மாணவர்களுக்கான வலைப்பின்னலாக முதலில் அறிமுகமாகி, தேசிய அளவிலும், தொடர்ந்து அகில உலக அளவில் விரிவாகி மாபெரும் இணைய சாம்ப்ராஜ்யமாக உருவெடுத்த பேஸ்புக் போல, இந்தத் தளம் அமெரிக்காவைத் தாண்டி விரிவாகவே இல்லை!

இணையதள முகவரி: Classmates.com

23. வலை மாலை

இணையம் புதுமையாக, புதிதாக இருந்த காலத்தில் இணைய கண்டறிதலும் புதுமையாக இருந்தது. சுவாரஸ்யமாகவும், பயனுள்ளதாகவும் இருந்தது. அதாவது, இணையத்தில் அறிமுகம் ஆகிக் கொண்டிருக்கும் புதிய பயனுள்ள இணையதளங்களைக் கண்டறிவது. இந்தக் கண்டறிதலுக்கு ஆரம்ப கால தேடியந்திரங்கள் உதவினாலும் அவை போதுமானதாக இல்லை. யாஹூ போன்ற இணைய கையேடுகள், சிறந்த இணையதளங்களை அடையாளம் காட்டும் தளங்கள் உள்ளிட்ட சேவைகள் பயனாளிகளுக்கு வழிகாட்டின.

இவை எல்லாவற்றையும் விட புதிய தளங்களைப் பயனாளிகள் கண்டறிவதற்கான சுவாரஸ்யமான வழியாக வலை வளையங்கள் அமைந்திருந்தன. வெப்ரிங்ஸ் எனச் சொல்லப்படும் வலை வளையங்களை, குறிப்பிட்ட நோக்கிலான அல்லது கருப்பொருள் சார்ந்த இணையதளங்களின் தொகுப்பு எனலாம். மாலை போல அமைந்திருந்த இந்த வளையங்களில் ஒரே தன்மை கொண்ட இணையதளங்களை கண்டறிய முடிந்தது. அதோடு, பயனாளிகள் தங்கள் ஆர்வத்திற்கும் விருப்பத்திற்கும் ஏற்ற விதவிதமான வலை வளையங்களை நாடிச்செல்ல முடிந்தது.

இன்றைய சமூக வலைப்பின்னள் தளங்களின் ஆதார அம்சங்கள் பலவற்றை வலை வளையம் கொண்டிருந்தது. அந்த வகையில் வலை வளையத்தை ஆதிகால சமூக ஊடகம் என்றும் சொல்லலாம்.

அந்த கால சமூக ஊடகம் எனும் முறையில், வர்த்தக தாக்கங்கள் இல்லாமல், பயனாளிகளை இணைப்பதை மட்டுமே பிரதான நோக்கமாக கொண்ட தூயமையான இணைய சமூகமாகவும் வலை வளையங்கள் அமைந்திருந்தன.

வலை வளையங்கள் உருவாக்கப்பட்ட விதமும், செயல்பட்ட விதமும் பயனாளிகளுக்கு புதிய அனுபவத்தை அளித்தன.

வலை வளையங்கள் *(WebRing.com)* அமெரிக்க கல்லூரி மாணவர் சேஜ் வெயில் என்பவரால் *1995* ம் ஆண்டு அறிமுகம் செய்யப்பட்டது. அதற்கு முந்தைய ஆண்டு, டேவிட் ஹோவ் என்பவர், பல்வேறு இணையதளங்களை ஒன்றன் பின் ஒன்றாக வரிசையாக தோன்றும் வகையில் யூரோபா *(EUROPa (Expanding Unidirectional Ring Of Pages))* எனும் இணைய பக்கத்தை அமைத்திருந்தார்.

ஒரு தளத்தில் இருந்து மற்றொரு தளத்திற்குத் தொடர்ச்சியாகச் செல்லக்கூடிய இந்த எண்ணம் சேஜ் வெயிலுக்குப் பிடித்திருந்ததால், இதை விரிவாக்கும் வகையில் வெப்ரிங் சேவையை உருவாக்கினார். அதற்கு முன், இணைய தொடர்ச்சியில் புதிய தளத்தைச் சேர்க்க தனியே அதற்கான நிரலை சேர்க்க வேண்டும். இது கடினமாக இருந்ததால், எளிதாகப் புதிய தளங்களை வளையத்தில் இணைக்கும் வகையில் வெப்ரிங் சேவை அமைந்திருந்தது.

அடுத்த கட்டமாக இதே வளையத்தை இன்னும் விரிவாக்குவது சாத்தியம் எனக் கண்டறிந்து அதற்கான வசதியும் அறிமுகமானது. இதன் மூலம், குறிப்பிட்ட தலைப்பில் புதிய வலை வளையத்தை உருவாக்கி, பராமரிக்க முடிந்தது.

வெப்ரிங் தளத்தின் வாயிலாக புதிய வலை வளையத்தை உருவாக்கிக்கொள்ளலாம்.

ஒரு இணையதளத்தில் கிளிக் செய்தால், அடுத்த இணையதளத்தைச் சென்றடையும் வகையில் வலை வளையம் அமைந்திருந்தது. இப்படி ஒவ்வொரு இணையதளமாகச் சென்று பார்க்கலாம். இந்த வரிசை தோன்றிய இடத்திலேயே வந்து முடியும். எனவே தான், இந்த இணையதளங்களின் தொகுப்பு வரிசை வலை வளையம் என அழைக்கப்பட்டது. (இணையதளங்கள் - வலை மனை / வலை தளம்).

வளையத்தில், அடுத்த தளத்தை கிளிக் செய்வதற்குப் பதில் ஏதோ ஒரு தளத்தைக் காணவும் செல்லலாம். எந்தத் தளத்தில் இருந்தும் முன்னும் பின்னும் உள்ள தளத்திற்கு செல்லலாம். இந்தப் பயணங்களின்போது, சற்றும் எதிர்பாராத அற்புதமான இணையதளத்தைக் கண்டறியும் வாய்ப்பு கிடைக்கலாம்.

சொந்த இணையதளங்கள் வைத்திருப்பவர்கள், தாங்கள் பார்க்கும் வலை வளையம் பொருத்தமாகத் தோன்றினால் அதில் இணைந்து கொள்ளலாம். தொடர்புடைய புதிய தளங்கள் இணையதளங்களை இணைக்கும் வாய்ப்பு, வலை வளையம் மூலம் புதிய தளங்களை கண்டறியும் சாத்தியத்தை அதிகமாக்குகிறது.

பொதுவாக வலை வளையங்கள், அவற்றின் உறுப்பினர் தளங்களில் மாலை அல்லது வளையம் போல இடம்பெற்றிருக்கும். பெரும்பாலும் இணையதளத்தின் கீழ்ப் பகுதியில், சின்ன மாலை போல இவற்றைப் பார்க்கலாம்.

ஒவ்வொரு வலை வளையத்திற்கும் ஒரு பொறுப்பாளர் உண்டு. (பழைய இணைய மொழியில் வெப் மாஸ்டர்). வலை வளையத்தை உருவாக்கிக்கொள்ள வழிசெய்யும் மூல தளமும் உண்டு. அந்த தளத்தில் விதவிதமான தலைப்புகளில் வலை வளையங்களைப் பார்க்கலாம்.

வலை வளையம் இணையதளங்களைக் கண்டறிவதற்கான சுவாரஸ்யமான வழி மட்டும் அல்ல, ஜனநாயகமான வழியும்கூட. ஏனெனில், ஒரு வலை வளையத்தில் பெரிய இணையதளங்களும் இருக்கலாம், அதிகம் அறியப்படாத சிறிய இணையதளங்களும் இருக்கலாம். அவை எல்லாம், பொதுவான கருப்பொருளால் இணைந்திருக்கும்.

ஒரு பெரிய தளத்தில் உள்ள வளையத்தை கிளிக் செய்து தொடர்புடைய சிறிய தளத்தைச் சென்றடையலாம், அல்லது சிறிய தளத்தில் இருந்து பெரிய தளத்தைச் சென்றடையலாம் என்பது வளையத்தின் தனிச்சிறப்பான அம்சங்களில் ஒன்று.

வலை வளையம் மூலம், அதிக போக்குவரத்து கொண்ட நன்கறியப்பட்ட தளத்தில் இருந்து அறியப்படாத தளத்திற்கு ஆயிரக்கணக்கில் பயனாளிகள் வருவதை இணைய அற்புதம் என்றே சொல்ல வேண்டும். எந்த ஒரு நவீன தேடியந்திரமோ

அல்லது சமூக ஊடகமோ சாத்தியமாக்க முடியாத பழைய அற்புதம்.

உண்மையில், வலை வளையம் எனும் கருத்தாக்கத்தை ஏற்றுக்கொண்டு அதில் இணையதளங்கள் மற்றும் அவற்றைப் பார்வையிட வரும் பயனாளிகளால் உருவாகும் அற்புதம் இது. ஒத்த கருத்துள்ள, பொது ஆர்வம் கொண்டவர்களை வலை வளையம் ஓர் இணைய சமூகமாக இணைக்கிறது.

வலை வளையம் அறிமுகமாகி பிரபலமான காலத்தில் எத்தனை விதமான வலை வளையங்கள் இருந்தன என்பதைத் தெரிந்து கொண்டால் இன்னும் வியப்பாக இருக்கும். ரசிகர் மனநிலை துவங்கி, விஞ்ஞான அறிவுவரை பலவிதத் தலைப்புகளில் வலை வளையங்கள் உருவாக்கப்பட்டன.

எல்லாவற்றையும் விட முக்கியமாக, இணையத்தில் புதிய இணையதளங்களைக் கண்டறிவதற்கான சிறந்த வழிகளில் ஒன்றாக வலை வளையம் அமைந்திருந்தது. அது ஒரு பொற்காலம் என்பது போல, வலை வளையம் செல்வாக்கு பெற்றிருந்த காலம் இணைய கண்டறிதலின் பொற்காலம்.

வெப்ரிங்ஸ் எத்தனை பெரிய அற்புதம் என்பதைப் புரிந்துகொள்ள அவற்றின் பின்னே உள்ள தொழில்நுட்ப கோட்பாட்டையும், வரலாற்றையும் புரிந்துகொள்ளவேண்டும்.

இணையதளங்களை மாலையாகக் கோர்த்து, இந்த மாலையில் சேர்ந்திருக்கும் எந்த ஒரு இணையதளத்தின் வாயிலாகவும், அவற்றைக் கண்டறிய வழிசெய்வதே வெப்ரிங்கிஸின் தன்மையாக அமைகிறது. கட்டுரைகளில் இடம்பெறும் அடிக்குறிப்பு போல, இந்த வலை வளையங்கள் பெரும்பாலும் இணையதளத்தின் கீழ்ப் பகுதியில் இடம்பெற்றிருக்கும்.

இந்த வளையங்களை கிளிக் செய்யும்போது, அவற்றில் இணைந்துள்ள இணையதளங்களுக்குச் செல்லலாம். அந்தத் தளத்தில் இருந்தே மற்ற தளங்களுக்கும் செல்லலாம். இந்த வலையம் பொருத்தமாக இருப்பதாகத் தோன்றினால், பயனாளிகள் தங்கள் தளத்தையும் அதில் சமர்பித்து வளையத்தில் இணையலாம். இணையம் பிரபலமாகத் துவங்கிய காலத்தில் புதிய, பயனுள்ள இணையதளங்களைக் கண்டறிவதும், அறிமுகம் செய்துகொள்வதும்

இணையத்தை நாடிவருபவர்களுக்கு இன்றியமையாததாக இருந்தது. உண்மையில், புதிய தளங்கள் மூலமே பலரும் இணையத்தின் பயன்பாட்டை அர்த்தப்படுத்திக்கொண்டனர்.

பொதுவாக செய்திகள் மூலமே புதிய விஷயங்களை அறிமுகம் செய்துகொள்ள முடியும் எனும் வழக்கத்திற்குக் கட்டுப்படாத வகையில் இணையதளங்களின் உருவாக்கம் நிகழ்ந்து கொண்டிருந்தது. நாளிதழ்கள், செய்தித் தளங்கள் உள்ளிட்ட ஊடகங்கள் புதிய தளங்களைத் தேர்ந்தெடுத்து அறிமுகம் செய்து கொண்டிருந்தாலும், பயனாளிகளுக்கு இது போதுமானதாக இல்லை.

இந்தப் பின்னணியில்தான், புதிய தளங்களை அடையாளம் காட்டுவதற்காக என்றே 'கூல் சைட் ஆப் த டே' இணையதளம் அறிமுகமானது. இணைய முன்னோடி நிறுவனங்களில் ஒன்றான யாஹூ தன் பங்கிற்கு வெப் டைரக்ட்ரி எனும் பெயரில், இணையதளங்களை பல்வேறு தலைப்புகளின் கீழ்ப் பட்டியலிடும் இணைய கையேட்டையும் அறிமுகம் செய்திருந்தது.

யாஹூ டைரக்டரி போலவே, பயனாளிகள் பங்களிப்புடன் உருவான டிமோஸ் எனும் திறவு மூல கையேடும் இயங்கிக் கொண்டிருந்தது. கூல் சைட் ஆப் தி டே புதிய தளங்களை கண்டறிய உகந்தது என்றாலும், குலுக்கல் தேர்வு அல்லது பரிசு போல குறிப்பிட்ட நோக்கிலான தளங்களை மட்டுமே கண்டறிய ஏற்றது. யாஹூ கையேடு விரிவானது என்றாலும், பட்டியலிடப்பட்ட தளங்களை மட்டுமே இதில் கண்டறிய முடியும்.

இவற்றுக்கு மாறாக, முற்றிலும் மாறுபட்ட தன்மையோடு வலை வளையங்கள் அறிமுகம் ஆயின. குறிப்பிட்ட கருப்பொருள் சார்ந்த தளங்களை ஒரே இடத்தில் கண்டறிவதற்கான சுவாரஸ்யமான வழியாக அவை அமைந்தன. யாஹூ கையேட்டில், தொடர்புடைய இணையதளங்கள் குறிபிட்ட தலைப்புகள் மற்றும் துணைத்தலைப்புகள் கீழ் வகைப்படுத்தப்பட்டிருந்தன என்றால், வலைவளையத்தில், குறிப்பிட்ட கருப்பொருள் சார்ந்த தளங்கள் மாலையாக இணைந்திருந்தன.

ஒவ்வொரு வலைவளையமும் ஒரு இணைய நிர்வாகியால் (வெப் மாஸ்டர்) உருவாக்கிப் பராமரிக்கப்பட்டது. வளையத்தில் உள்ள

தளங்களை இத்தகைய வளையங்களை உருவாக்க வழிசெய்யும் வெப்ரிங்க்ஸ் தளம் மூலம் அணுகலாம் அல்லது வளையத்தில் இணைந்துள்ள தளங்களின் வாயிலாக அணுகலாம். ஏற்கனவே பார்த்தது போல, வளையத்தில் உள்ள எந்த ஒரு தளங்களை முன்னும் பின்னும் அல்லது வரிசையற்ற வரிசையில் என எப்படி வேண்டுமானாலும் அணுகலாம்.

குறிப்பிட்ட ஒரு இணையதளத்தில் பார்வையிடும் போது, அதனுடன் தொடர்புடைய தளங்களை அறிந்துகொள்வதற்கான எளிய வழியாக வலைவளையங்கள் இருந்ததோடு, இந்த வளையத்தின் அங்கத்தினர் எனும் அடையாளத்தை அணிந்து கொள்வது உறுப்பினர் தளங்களுக்கான அங்கீகாரமாகவும் விளங்கின. அதோடு, இந்த அடையாளம் பயனாளிகளுக்கு இணையதளங்களுக்கான திறவுகோளாகவும் அமைந்தது.

புதிய இணையதளங்களைக் கண்டறிவது என்பதைவிட, பயனாளிகள் தங்களுக்குத் தேவையான அல்லது ஆர்வம் உள்ள இணையதளங்களைக் கண்டறிவதை வலைவளையங்கள் சாத்தியம் ஆக்கின. உதாரணத்திற்கு, இசைப் பிரியர்கள், இசை தொடர்பான தளங்களைக் கண்டறியலாம். இவ்வளவு ஏன் குறிப்பிட்ட இசை வடிவம் அல்லது குறிப்பிட்ட பாடகர் தொடர்பான தளங்களை மட்டும் கண்டறியலாம்.

இப்படி பயனாளிகள் தங்கள் ஆர்வம் சார்ந்த தளங்களைக் கண்டறியும் வசதி, வலைவளைய அங்கத்தினர் மற்றும் அவற்றைத் தேடி வரும் பயனாளிகள் மத்தியில் இது தங்களுக்கான இடம் எனும் உணர்வையும் உண்டாக்கியது. வளையங்கள் சார்ந்த மெய்நிகர் பரப்பை பயனாளிகள் தங்களுக்கான இணைய சமூகமாகக் கருதினர்.

தொடர்புடைய தளங்களை இணைக்கும் கருத்தாக்கம் இதற்கான அருமையான மென்பொருள் மூலமே சாத்தியமானது.

ஆனால், வெப்ரிங்ஸ் எனும் நுட்பமும், அதன் பின்னே உள்ள கருத்தாக்கமும் இன்னமும் காலாவதியாகிவிடவில்லை.

இணையம் முழு வீச்சில் வர்த்தகமயமாகிப் பெரிய தொழில்நுட்ப நிறுவனங்கள் வசமும், அவை உருவாக்கும் அல்கோரிதம் வசமும் சென்றுள்ள நிலையில், வலை வளையம் கருத்தாக்கத்தைத் திரும்பிப்

பார்க்கும் தேவை இருப்பதோடு, அதை மீட்டெடுக்கும் தேவையும் இருப்பதைப் புரிந்துகொள்ளலாம்.

இணையத்தை அணுகுவது எத்தனை எளிமையாகவும், சுவாரஸ்யமாகவும் இருந்தது என்பதன் அடையாளமாகவும் வலை வளையம் திகழ்கிறது. அந்த வகையில் நாம் இழந்திருக்கும் இணையத்தின் தன்மையின் அடையாளமாகவும் விளங்குகிறது.

அதிலும், குறிப்பாக புதிய இணையதளங்களைக் கண்டறிவது எத்தனை இனிமையான அனுபவமாக இருந்தது என்பதையும் வலை வளையம் மூலம் அறிந்து கொள்ளலாம். இந்த அனுபவம் முற்றிலும் பயனாளிகள் கையில் இருந்தது என்பதுதான் இன்னும் முக்கியமானது.

இன்று வலை வளையங்களை இணைய அகழ்வு மூலம் தோண்டியெடுக்க வேண்டியிருந்தாலும், தேடியந்திரங்கள், வலைப்பதிவுகள், சமூக வலைப்பின்னல் தளங்கள் எல்லாம் வந்துவிட்ட பிறகும் கூட, வலை வளையம் கருத்தாக்கம் பொருத்தமாக இருப்பதை, சுதந்திர இணையத்தில் ஆர்வம் உள்ளவர்கள் உணரலாம்.

★ வெப்ரிங் அறிமுகமான காலத்தில் மிகவும் பிரபலமாக இருந்தது. எனினும், இதன் வளர்ச்சியை சமாளிக்க முடியாமல் இதன் நிறுவனர் சேஜ் வெயில் ஸ்டார்ட் சீட் எனும் நிறுவனத்திற்கு விற்றுவிட்டார். பின்னர் ஜியோசிட்டீஸ் வாயிலாக யாஹூ விலைக்கு வாங்கியது. சில ஆண்டுகளில் மூடப்பட்டுவிட்டது. இதேபோல, வெப்ரிங்கோ உள்ளிட்ட வேறு சில சேவைகளும் அறிமுகமாயின.

24. பயனர் வகையியல்— தொகுப்பும் நாமே, வகைப்படுத்தலும் நாமே !

ஒரு இணையதளத்தை கூகுள் எப்படி பட்டியலிடுகிறது என்பதை நாம் புரிந்துகொள்ள முயற்சிக்கலாம் ஆனால் கேள்விக்குள்ளாக்க முடியாது. குறிப்பிட்ட தேடலுக்கு முதல் முடிவாக கூகுள் சுட்டிக்காட்டும் தளமே பொருத்தமானது என்பதை நாம் ஏற்றுக்கொள்ள வேண்டியிருக்கிறது. இதில் மாறுபட்ட கருத்து கொண்டிருந்தாலும் அதை மாற்ற முடியாது.

பெரும்பாலும் கேள்வி கேட்காமலே கூகுளைப் பயன்படுத்தும் அளவுக்கு அதைச் சிறப்பு வாய்ந்த தேடியந்திரமாக கருதுவதால், தேடல் பட்டியலில் காணப்படும் போதாமைகள், பிழைகள், தவறான முன்னிறுத்தல்களை நாம் பொருட்படுத்துவதில்லை.

நல்லவேளையாக இணையத்தில் வகைப்படுத்தலுக்கும் இதே நிலை ஏற்படவில்லை. இணைய முகவரிகளை சேகரிப்பதும், பகிர்வதும், வகைப்படுத்துவதும் பயனர்களால் நிகழ்கின்றன. இதனால் இணைய கண்டறிதலும் ஜனநாயகமயமாகியிருக்கிறது. முக்கியமாக வகைப்படுத்துவதும் பயனர்கள் கைகளுக்கு வந்திருக்கிறது.

பயனர்களுக்குக் கிடைத்திருக்கும் இந்த உரிமையும், இதனால் சாத்தியமாகும் மக்கள் வழி வகைப்படுத்தலும் பயனர் வகைப்பாடு *(folksonomy)* எனக் குறிப்பிடப்படுகிறது. இந்தப் போக்கிற்கு

அடித்தளமாகவும், மையமாகவும் அமைந்த இணைய சேவைகள் சமூக புக்மார்கிங் சேவைகள் என அழைக்கப்படுகின்றன. டெலிஸியஸ், பிளிக்கர் போன்ற இணைய சேவைகள் இதற்கான புகழ் மிக்க உதாரணங்கள்.

பயனர்கள் பகிர்ந்து, அவர்கள் வாக்குகள் அடிப்படையில் முன்னிறுத்தப்படும் விவாதிக்கப்படும் செய்திகள் சமூக செய்தி என அழைக்கப்படுவது போல, உள்ளடக்கம் முக்கியமாக இணைய முகவரிகள் பயனர்களால் பகிரப்பட்டு, வகைப்படுத்தப்படுவது சமூக புக்மார்கிங் என்று அறியப்படுகிறது. (சில நேரங்களில், சமூகச் செய்தித் தளங்கள் சமூக புக்மார்கிங் வகையிலும் குறிப்பிடப்படுவதுண்டு. உதாரணம் ரெட்டிட்).

சமூக ஊடகம் என கருதப்படும் சேவைகள் எத்தனை பரவலானது என்பதற்கான இன்னொரு வலுவான உதாரணமாகவும் இந்த வகை சேவைகள் அமைகின்றன. அதே நேரத்தில் சமூக ஊடகத்தின் ஆதார அம்சங்களைப் புரிந்துகொள்ளவும் உதவுகின்றன.

சமூக புக்மார்கிங் சேவைகளுக்கு நீண்ட வரலாறு இருக்கிறது. இணையதளங்களைக் குறித்து வைக்கும் புக்மார்கிங் அல்லது சேமிப்பு வசதியில் இருந்து இது துவங்குகிறது. 1996 ல் இட்லிஸ்ட் (it-List) தளம் இந்த சேவையை முதலில் வழங்கியதாக அறியப்படுகிறது. அமெரிக்காவின் நாசா அமைப்பின் கம்ப்யூட்டர் ஆய்வுப் பிரிவால் வெப்டேகர் எனும் சேவையும் உருவாக்கப்பட்டது. தொடர்ந்து, பிளாக்பிலிப், பிளின்க், கிளிப்2, ஹாட்லிங்க்ஸ், கிளிப்மார்க்ஸ் (Backflip, Blink, Clip2, ClickMarks, HotLinks,) உள்ளிட்ட சேவைகள் உருவானதாக விக்கிபீடியா கட்டுரை குறிப்பிடுகிறது.

பிளின்க் இணையதளம், இணைய முகவரிகளைப் பகிரும் வலைவாசல் தளமாக இருந்ததோடு, பிரவுசர் துண்டு மூலம் முகவரிகளை சேமிக்கும் வசதியையும் வழங்கியது.

இந்தப் பிரிவில் 2003 ல் அறிமுகமான டெலிஸியஸ் (del.icio.us)) தளமே இணையதள முகவரி சேமிப்பை அடுத்த கட்டத்திற்குக் கொண்டு சென்றது.

டெலிஷியஸ் இணைய முகவரிகளைக் குறித்து வைக்கும் சேவையாக அறிமுகமாகி, சுவாரஸ்யமான இணையதளங்களைப் பகிர்வதற்கும், கண்டறிவதற்கும் வழிகாட்டி, இணையத்தை

ஒழுங்குபடுத்தவும் உதவியது. அறிமுகமான காலத்தில் இந்த சேவை எத்தனை புத்துணர்ச்சி தரக்கூடியதாக இருந்திருக்கும் என்பதை இப்போது புரிந்துகொள்வதுகூட கொஞ்சம் கடினம் தான். ஏனெனில் டெலிஷியஸ் காலத்தில் இருந்து இணையம் வெகுவாக முன்னேறி வந்துவிட்டது. இடைப்பட்ட காலத்தில் டெலிஷியஸ் செல்வாக்கும் குறைந்துவிட்டது என்றாலும் இணைய வரலாற்றில் அதன் முன்னோடித்தன்மையை மறுக்க முடியாது. டெலிஷியஸ் அடிப்படையில் புக்மார்கிங் சேவைதான்: அதாவது இணைய முகவரிகளைக் குறித்து வைப்பதற்கான சேவை. இந்த வசதி துவக்கம் முதல் இருந்தது தான். பயனுள்ள இணையதளங்கள் கண்ணில் படும்போது அவற்றைக் காகிதத்தில் அல்லது கம்ப்யூட்டர் கோப்பில் குறித்து வைக்கும் பழக்கம் பலருக்கு இருந்தது. மேலும் இதற்கான வசதி பிரவுசரிலேயே இருக்கவும் செய்தது. இப்படி குறித்து வைக்கும் இணையமுகவரிகளை பின்னர் எளிதாக அணுகலாம் என்பதால் இவை, விருப்ப தளங்கள் அல்லது இணைய குறுக்குவழி என்று குறிப்பிடப்பட்டன. ஆரம்ப கால பிரவுசரான மொசைக்கிலும் இந்த வசதி இருந்தது. அப்போது இவை சூடான இணைப்புகள் என குறிப்பிடப்பட்டன. நவீன பிரவுசர்களில், இணைய முகவரிகளைக் கோப்புகளாகப் பிரித்துக்கொள்ளும் அளவுக்கு மேம்பட்டிருந்தது. இந்த வசதிகளை எல்லாம் மீறி இணைய முகவரிகளைக் கண்டறிவது என்பது சிக்கலாகத்தான் இருந்தது. உண்மையில் புக்மார்கிங் வசதி தீர்வுக்கு பதிலாக இன்னொரு பிரச்சனையாகவே அமைந்தது. 1990களின் இறுதியிலும், புத்தாயிரமாண்டின் துவக்கத்திலும் இணையத்தில் உலாவிய அனுபவம் உள்ளவர்கள் இதை பிளேஷ்பேக்கில் உணரலாம். புக்மார்கிங் மூலம் இணைய முகவரிகளைக் குறித்து வைப்பது சுலபமாக இருந்தது. ஆனால் அவற்றை மீண்டும் கண்டெடுப்பது அத்தனை சுலபமாக இருக்கவில்லை. பொதுவாக ஓர் இணையதளம் சுவாரஸ்யமானது என தோன்றும்போது அதை குறித்து வைக்கத்தோன்றும். அதேபோல அவசரத்தில் கண்ணில்படும் இணையதளத்தை பின்னர் பார்த்துக் கொள்ளலாம் என தோன்றும் தளங்களின் முகவரியையும் குறித்து வைக்கலாம். இதெல்லாம் சரிதான். ஆனால் பிரச்சனை என்ன என்றால், கொஞ்சம் நாட்கள் ஆன பிறகு, புக்மார்கிங் பட்டியலில் ஏகப்பட்ட தளங்கள் சேர்ந்திருக்கும். ஆனால் அவற்றில் தற்போது

தேவையானதைத் தேடி எடுப்பது குதிரைக் கொம்பாகிவிடும். அதோடு பல தளங்களை ஏன் குறித்து வைத்தோம் என்பதே மறந்து போயிருக்கும். முகவரிகளை என்னதான் கோப்புகளாக வகைப்படுத்தி வைத்தாலும், பல மாதங்கள் கழித்துப் பார்க்கும் போது இணைய காட்டில் கண்ணை கட்டிவிட்டதுபோல தான் இருக்கும். எனவே புக்மார்கிங் முகவரிகளை சேமிக்க உதவிய அளவுக்கு அவற்றைக் கண்டறிய உதவவில்லை. ஆனால் புக்மார்கிங் வசதியில் எந்த குறையும் இல்லை. அந்த வசதி பயன்படுத்தப்பட்ட விதத்தில்தான் போதாமையை உணர வைத்தது. இந்தக் குழப்பத்திற்கு தீர்வாகதான் டெலிஷியஸ் சேவையை ஷேக்டர் அறிமுகம் செய்தார். இணைய முகவரிகளை சேகரிக்க மட்டும் அல்லாமல் அவற்றைப் பகிர்ந்துகொள்ளவும் வழிசெய்ததே டெலிஷியசின் தனித்தன்மையாக இருந்தது. அதோடு, சேகரிக்கப்பட்ட முகவரிகளை உள்ளடக்கத்திற்கு ஏற்க அடையாளப்படுத்த முடிந்ததும் அவற்றைக் கண்டறிவதை எளிதாக்கியது. அதற்கு முன்னர்வரை இணைய முகவரிகளை சேமித்து வைப்பது என்பது பெரும்பாலும் தனிப்பட்ட அனுபவமாகவே கருதப்பட்ட நிலையில், டெலிஷியஸ் மூலம் இதை ஷேக்டர் சமூக தன்மைமிக்கதாக்கினார். இதன் மூலம் இணையம் என்பது அடிப்படையில் சமூகமயமானது என்பதையும் அவர் உணர வைத்தார். டெலிஷியசுக்குப் பிறகு புக்மார்கிங் சேவை சமூக புக்மார்கிங் ஆனது. அதோடு இணையவாசிகள் பங்கேற்பை ஊக்குவிக்கும் இரண்டாம் அலை தளங்களின் வரிசையிலும் சேர்ந்துகொண்டது. வேறு சில முக்கிய இணைய போக்குகளின் துவக்கமாகவும் அமைந்தது.

ஷேக்டர் இந்த சேவையை உருவாக்கியவிதம் சுவாரஸ்யமானது.

புதிய தளங்களைக் கண்டறிவதில் ஆர்வம்கொண்டிருந்த ஷேக்டர் அதற்காக என்றே மெமிபூல் எனும் இணையதளத்தை உருவாக்கினார். பயனுள்ள இணைய முகவரிகளின் தொகுப்பாக அமைந்த அந்தக் தளத்தில், இணையவாசிகள் முகவரிகளை சமர்பிப்பதற்கான வசதியும் இருந்தது. இமெயில் மூலம் நல்ல இணையதளங்களைப் பரிந்துரை செய்யவும் எனும் கோரிக்கையும் தளத்தின் கீழ்ப் பகுதியில் இடம்பெற்றிருந்தது. கிட்டத்தட்ட ஒரு வலைப்பதிவு போலவே இந்தத் தளம் விளங்கியது.

இணையவாசிகளும் ஆர்வத்துடன் தாங்கள் கண்டறியும் இணையதள முகவரிகளைப் பரிந்துரைத்தனர். ஷேக்டர் அதிகம் அவசரப்படாமல் நேரம் கிடைத்தபோதெல்லாம் முகவரிகளைப் பார்த்துப் பரிசீலித்து தளத்தில் பதிவேற்றினார்.

ஆனால் முகவரிகளை எல்லாம் ஒரு எக்ஸெல் கோப்பில் சேகரித்து வந்தார். சில மாதங்கள் கழித்துப்பார்த்தால் அந்தக் கோப்பு முகவரிகளால் நிரம்பி வழிந்தது. 20,000 முகவரிகளுக்கு மேல் சேர்ந்திருந்தது. அந்தக் கோப்பில் குறிப்பிட்ட இணைய முகவரியைத் தேடுவது என்பது முழிபிதுங்கச்செய்தது.

இனியும் இப்படி முகவரிகளைக் குவியலாகச் சேர அனுமதிக்கக் கூடாது என நினைத்த ஷேக்டர், முகவரிகளை அடையாளம் காணும் வகையில் தனித்தனியே பிரித்து ஒவ்வொன்றுக்கும் அறிமுகக் குறிப்புகளையும் எழுதினார். அப்படியே அதற்கான வகையையும் குறிப்பிட்டார். உதாரணத்திற்கு கணிதம் எனும் சொல்லின் கீழ், கணிதம் சார்ந்த இணையதளங்கள் இடம்பெற்றிருந்தன. ஒரு கட்டத்திற்கு மேல் இதைத் தொடர்வதே பெரும்பாடானது. இதற்கும் ஒரு வழியைக் கண்டுபிடித்தார்.

தனது புரோகிராமிங் திறனை பயன்படுத்தி இதையும் தானியங்கிமயமாக்கினார். இப்படி உருவானதுதான் மக்ஸ்வே இணையதளம். இதிலிருந்து தான் டெலிஷியஸ் கிளைவிட்டது. இதில் புக்மார்க் செய்யும் வசதியுடன், அவற்றை விவரித்து, அடையாளம் செய்யும் வசதியும் இருந்தன. இதை அவர் மட்டுமே இயக்க முடியும் வகையில் அமைத்திருந்தார். ஆனால் அதன் உள்ளடக்கத்தை மற்றவர்கள் பார்க்கலாம். ஷேக்டரே வியப்படையும் வகையில் பலரும் அவர் புக்மார்க் செய்யும் தளங்களை ஆர்வத்தோடு பார்த்துக்கொண்டிருந்தனர். திடீரெனப் பார்த்தால் நாள் ஒன்றுக்கு 10,000 பேருக்கு மேல் வருகை தந்து கொண்டிருந்தனர்.

இதனிடையே அவர் வேறு சில இணைய முயற்சிகளிலும் ஈடுபட்டு வந்தார். ஜியோயூஆரெல் எனும் சேவையை உருவாக்கினார். அவை எதுவும் அவரது கவனத்தை ஈடுபாட்டைப் பெரிதளவு ஈர்க்கவில்லை. ஆனால், மக்ஸ்வே தளம் பரவலாக கவனத்தை ஈர்த்ததை கவனித்தவர், அந்த சேவையை மற்றவர்கள் பயன்படுத்தும் வகையில் உருவாக்க முற்பட்டார். இணைய

முகவரிகளை அடையாளம் காணும் வகையில் பொருத்தமான குறிச்சொல்லுடன் இணைப்பது தனக்கு பயனுள்ளதாக இருப்பது போலவே மற்றவர்களுக்கும் பயனுள்ளதாக அமையும் என நம்பினார். இது இணைய கண்டறிதலிலும் கைகொடுக்கும் என்ற எண்ணமும் வலுவாக இருந்தது. நல்ல சுவாரஸ்யமான இணைப்புகளை அறிந்துகொள்ளும் தாகமும் இணையவாசிகளுக்கு அதிகம் இருப்பதை உணர்ந்தார். இதற்கெல்லாம் விடையாக அமையக்கூடிய புக்மார்கிங் சேவையை டெலிஷியஸ் *(del.icio.us.)* எனும் பெயரில் *2003*ம் ஆண்டு செப்டம்பர் மாதம் அறிமுகம் செய்தார்.

டெலிஷியஸ் சேவை சிக்கல் இல்லாத வடிவமைப்புடன் மிக எளிதாக இருந்தது. யார் வேண்டுமானாலும் அதைப் பயன்படுத்தி தங்களுக்கு விருப்பமான இணைய முகவரிகளை சேமித்து வைக்க வழிசெய்தது. அதைவிட முக்கிய அம்சம், இணைய முகவரிகளுக்கான குறிச்சொல்லையும் இணைக்க முடிந்தது தான். இது குறிப்பிட்ட இணைய முகவரியை எளிதாக அடையாளம் காணவும், தேவையானபோது தேடி எடுக்கவும் உதவியது. இது வகைப்படுத்தலாக இல்லாமல், அடையாளம் காணுதலாக அமைந்தது.

வகைப்படுத்தல் எனும்போது, குறிப்பிட்ட தலைப்பில் தான் பட்டியலிட முடியும். ஆனால் டெலிஷியஸ் இந்த விஷயத்தில் இணையவாசிகளுக்கு முழு சுதந்திரம் அளித்த்து. இணையவாசிகள் தாங்கள் கண்டெடுக்கும் இணைப்புகளை தங்கள் விருப்பம் போல குறிச்சொல்லுடன் இணைக்கலாம். ஒரே இணைப்புக்கு வேறு வேறு குறிச்சொற்களையும் இணைக்கலாம். ஆக, ஒருவர் இணைப்பின் உள்ளடக்கம் சார்ந்த குறிச்சொல்லை இணைத்தால், இன்னொருவர் அதன் தாக்கம் சார்ந்த குறிச்சொல்லை இணைக்கலாம். இப்படி குறிச்சொல் மூலம் அடையாளப்படுத்துவது இணைய மொழியில் டேகிங் என குறிப்பிடப்படுகிறது. புக்மார்கிங் செய்யும் முகவரிகள் குவியும்போது அவற்றின் மத்தியில் தேவையான முகவரியைத் தேர்வு செய்வதை இது எளிதாக்கியது. இணையவாசிகள் எந்த வகை இணைப்புகளை எதிர்பார்க்கின்றனரோ அது தொடர்பான குறிச்சொற்களை கிளிக் செய்து பார்த்தால் பொருத்தமான இணைய முகவரிகள் மட்டும் தோன்றும். ஆக, புக்மார்கிங் செய்வதோடு

அவற்றைத் தேடுவதையும் டெலிஷியஸ் எளிதாக்கியது. குறிச்சொல் உருவாக்கத்தை தனி ஒருவர் மேற்கொள்ளாமல், பலரும் விருப்பம் போல மேற்கொண்டதால், கூட்டு கண்டுபிடிப்பின் பலனையும அது அளித்தது. மேலும் இணைய முகவரிகளை மற்றவர்களுடன் பகிர்ந்துகொள்வதும் சாத்தியமானது. ஆக, டெலிஷியஸ் தளத்திற்குள் நுழைந்தால் இணையவாசிகள் கண்டறிந்து சேமித்து வைத்திருக்கும் சுவாரஸ்யமான இணைப்புகளை பார்க்கலாம். அவற்றை குறிச்சொல் மூலம் அடையாளம் கண்டு குறித்து வைப்பதும் சாத்தியமானது. விளைவு, இணையத்தின் சுவாரஸ்யமான மற்றும் பயனுள்ள இணையதளங்களைக் கண்டறிவதற்கான இடமாக டெலிஷியஸ் உருவானது. மேலும் பலர் ஆர்வத்துடன் இணைய அதன் பயன்பாடு அதிகமானது.

புக்மார்கிங் செய்வது என்பது அதுவரை தனிப்பட்ட அனுபவமாகவே இருந்தது. டெலிஷியஸ் முதல் முறையாக அதை சமூக தன்மை மிக்கதாக மாற்றியது. சுவாரஸ்யமான இணைப்புகளை சேமிப்பது, பகிர்வதன் மூலம் இது நிகழ்ந்தது. ஒருவர் குறித்து வைத்த இணைப்பை அவர் தான் மீண்டும் பயன்படுத்த வேண்டும் என்றில்லை, அதனால் ஈர்க்கப்பட்டவர்கள் யார் வேண்டுமானாலும் அதைத் தேடி எடுத்து பயன்படுத்திக்கொள்ளலாம் எனும் நிலை உண்டானது. சமூக புக்மார்கிங் என்பது ஒரு புதிய போக்காக உருவானது. அந்த கருத்தாக்கத்தை டெலிஷியஸ் தான் அறிமுகம் செய்தது. புதிய பயனுள்ள இணையதளங்களை அறிமுகம் செய்து கொள்வதில் எல்லோருக்குமே ஆர்வம் உண்டு. அதை மற்றவர்களுடன் இணைந்து மேற்கொள்ள வைத்தது டெலிஷியஸ். இணையமுகவரிகளை இணைப்புகளாக பகிரும் வாய்ப்பு ஆயிரக்கணக்கானோரை டெலிஷியஸ் பக்கம் ஈர்த்தது. ஏற்கனவே உருவாக்கப்பட்ட உள்ளடக்கத்தை இணையவாசிகள் பார்த்துப் பயன்படுத்தும் ஒரு வழிப் பாதை முறைக்கு மாறாக இணையவாசிகளும் பங்கேற்று உள்ளடக்கத்தை உருவாக்க டெலிஷியஸ் வழிசெய்தது. இரண்டாம் அலை இணையதளங்கள் என பிரபலமாகக் குறிப்பிடப்பட்ட இணையவாசிகள் பங்கேற்கும் சேவைகள் தோன்றவும் இது காரணமானது.

குறிச்சொல் கொண்டு உள்ளடக்கத்தை அடையாளப்படுத்தும் விதமாக டெலிஷியஸ் அறிமுகம் செய்த டேகிங் முறையும்

முன்னோடி அம்சமானது. பின்னாளில் புகைப்படப் பகிர்வு சேவையான பிளிக்கர் உள்ளிட்ட தளங்கள் இந்த முறையைப் பயன்படுத்தத் துவங்கின. இன்றளவும் இணையத்தில் டேகிங் முறை பலவிதங்களில் பயன்படுத்தப்படுகிறது. டேக் செய்வதையும், இணையவாசிகள் கையில் ஒப்படைத்ததன் மூலம் தட்டையான வகைப்படுத்தலுக்கு மாறாக, பலர் சேர்ந்து கூட்டாக உருவாக்கும் துடிப்பான வகைப்படுத்தல் முறை பழக்கத்திற்கு வந்தது. சமூகவியல் நோக்கில் இது இணையத்தில் புதிய சொல்லாடலுக்கும் வித்திட்டது.

2005 ல் டெலிஷியஸ் புகழ் உச்சத்தைத் தொட்டதன் விளைவாக, அதன் நகலாக எண்ணற்ற சமூக புக்மார்கிங் தளங்கள் முளைத்தன. ஒரு கட்டத்தில் தேடியந்திரங்களுக்கு நிகரான கவனத்தை டெலிஷியஸ் ஈர்த்தது என்றால் அதன் வீச்சை புரிந்துகொள்ளலாம்.

டெலிஷியசை தொடர்ந்து 'ஸ்டம்பில்அபான்' *(StumbleUpon)* தளம் இதை இன்னொரு கட்டத்திற்குக் கொண்டு சென்றது. இந்த இரண்டு தளங்களுமே வெவ்வேறு காரணங்களுக்காக மூடப்பட்டுவிட்டாலும், சமூக புக்மார்கிங் கருத்தாக்கமும், பயனர் வகைப்பாடும் உயிர்ப்புடனே இருக்கிறது. இணைய காட்சி பலகை என வர்ணிக்கப்படும் பிண்டிரெஸ்ட் தளமும் இந்தப் பிரிவின் கீழ் வருகிறது.

25. கறுப்பு வலை

ஃபேஸ்புக் நிறுவனர் மார்க் ஜக்கர்பர்க் போல அல்லது மைஸ்பேஸ் நிறுவனர் டாம் ஆண்டர்சன் போல உமர் வாஸோ *(Omar Wasow)* இணையத்தில் நன்கறியப்பட்டவராக இல்லை என்றாலும், சமூக ஊடக வரலாற்றில் அவருக்கு முக்கிய இடம் இருக்கிறது. ஆப்பிரிக்க அமெரிக்கர்களுக்கான சமூக வலைப்பின்னல் சேவையான பிளாக்பிளானட் தளத்தை வாஸோ துவக்கி நடத்தியிருக்கிறார். அந்த வகையில், லட்சக்கணக்கான ஆப்பிரிக்க அமெரிக்கர்களை இணையத்திற்குள் கொண்டு வந்து, தங்கள் இடம் என கருதக்கூடிய இணைய பரப்பை அவர்களுக்காக உருவாக்கிக் கொடுத்தார்.

யூத இனத்தைச் சேர்ந்த தந்தை மற்றும் ஆப்பிரிக்க அமெரிக்க தாயுக்கும் பிறந்த உமர் வாஸோ, நியூயார்க் நகரில் வசித்து வந்த போது தனது 12 வது வயதிலேயே இணைய வலைப்பின்னலுக்கும், வீடியோ கேம்களுக்கும் அறிமுகமாகியிருந்தார். அதோடு, அந்தக் காலத்தில் பழக்கத்தில் இருந்த தகவல் பலகை சேவைகளிலும் அவருக்கு அறிமுகம் இருந்தது. இவற்றில் நிகழ்ந்த சமூக உரையாடல்களையும் அறிந்திருந்தார்.

இந்நிலையில், நியூயார்க் கல்லூரி மாணவராக இருந்த காலத்தில், 1997 ல் அவர் நியூயார்க் ஆன்லைன் எனும் இணைய சேவை நிறுவனத்தை நடத்தி வந்தார். அப்போது அவருக்கு பெஞ்சமின்

சன் என்பவரை சந்தித்தார். பெஞ்சமின் ஆசியன் அவன்யூ எனும் பெயரில் ஆசியர்களுக்கான சமூக வலைப்பின்னல் சேவையை நடத்திக்கொண்டிருந்தார்.

வாஸோ, இணையத்தைத் தகவல் நெடுஞ்சாலை என்பதைவிட, இணைய மன்றம் போலவே பார்த்தார். தகவல்களை நுகர்வதை விட இணையத்தில் கருத்துப் பரிமாற்றத்தில் ஈடுபடுவதற்கு வழி செய்வதையே அவர் விரும்பினார். கல்லூரி மாணவராக அவர், இணையத்தைப் பயன்படுத்துவதற்கு வழிகாட்டும் ஓபரா வின்பிரே நிகழ்ச்சியிலும் பங்கேற்றிருக்கிறார்.

எனவே இயல்பாக, இணையத்தில் ஆப்பிரிக்க அமெரிக்கர்களுக்கான இடத்தை உண்டாக்கும் எண்ணம் அவருக்கு உண்டானது. பெஞ்சமினும் ஆசியன் அவன்யூ தளம் போலவே, ஆப்பிரிக்க அமெரிக்கர்களுக்கான சேவையை உருவாக்கலாம் என நினைத்தார். இதன் பயனாக உருவனாது தான் பிளாக்பிளானட்.காம். 1999 ம் ஆண்டு செப்டம்பர் மாதம் இந்த சேவை அறிமுகமானது.

அந்தக் காலகட்டத்தில் ஆப்பிரிக்க அமெரிக்கர்களுக்கான இணையதளங்கள் ஒருசில இருந்தாலும், அவை பெரும்பாலும் தகவல் நோக்கிலேயே செயல்பட்டன. பிளாக்பிளாண்ட் சமூக நோக்கில் அமைந்திருந்தது. டிஜிட்டல் பிளவு எனச் சொல்லப்படும் இணையவசதி கிடைக்கும் ஏற்றத்தாழ்வு காரணமாக ஆப்பிரிக்க அமெரிக்கர்களில் இணையத்தை பயன்படுத்தும் வாய்ப்பு கொண்டவர்கள் எண்ணிக்கை குறைவாகவே இருந்தது. எனவே, வாஸோ, இந்த பிரிவினருக்கான சமூக வலைதளம் பற்றி பேசிய போது, யார் வருவார்கள்? எனும் கேள்வியையே அதிகம் எதிர்கொள்ள வேண்டியிருந்தது.

ஆனால், பிளாக்பிளானட் அறிமுகம் ஆன பின், ஆப்பிரிக்க அமெரிக்கர்கள் மத்தியில் மெல்ல பிரபலமானது. நவீன சமூக வலைப்பின்னல் தளங்களில் காணக்கூடிய அநேக அம்சங்களை அந்த தளம் கொண்டிருந்தது. உறுப்பினர்களுக்கான முகப்பு பக்கத்தில் அவர்கள் தங்கள் அறிமுகம் செய்துகொள்ள முடிந்தது. விவாத குழுக்கள் இருந்தன. இணைய அரட்டை வசதி மற்றும் இமெயில் இருந்தது, வேலைவாய்ப்பு பகுதியும் பின்னர் அறிமுகமானது. உறுப்பினர்கள், ஆன்லைனில் இருந்தால் அதை சக உறுப்பினர்கள் அறியும் வசதியும் இருந்தது. நண்பர்களை

தேடிக்கொள்ள முடிந்தது. கோடிங் தெரிந்தால் முகப்புப் பக்கத்தை விரும்பிய வகையில் வடிவமைத்துக்கொள்ள முடிந்தது.

புத்தாயிரமாண்டின் துவக்கத்தில் பிளாக்பிளானட் அமெரிக்க கருப்பினத்தவர் மத்தியில் மிகவும் பிரபலமாக இருந்தது. அதன் தாய் நிறுவனன் கம்ப்யூனிட்டி கம்யூனிகேஷன்ஸ், ஆசியன் அவன்யூ *(AsianAvenue.com)* தவிர, லத்தீன் அமெரிக்கர்களுக்கான மிஜெண்டே *(MiGente.com)* வலைப்பின்னல் சேவையையும் நடத்தியது. 2007ஆம் ஆண்டு பாரக் ஒபாமா தனது அதிபர் தேர்தல் பிரச்சாரத்திற்காக இந்தத் தளத்தில் உறுப்பினரானார். பத்து நாட்களில் அவர் 2 லட்சம் நண்பர்களைப் பெற்றார்.

இனம் சார்ந்த தனி வலைப்பின்னல் சேவை வெற்றிபெறாது, தேவையற்றது எனும் விமர்சனங்களை மீறி இந்த சேவை கருப்பினத்தவர்கள் மத்தியில் வரவேற்பை பெற்றது. புகைப்பட கலையில் ஆர்வம் கொண்டவர்களுக்கான சமூகம் போல, கருப்பினத்தவர்களுக்கான சமூகம் இணையத்தில் தேவைப்பட்டது என்கிறார் வாஸோ. அதோடு, ஆப்பிரிக்க அமெரிக்கர்களுக்கான இணைய முகாமாக இந்தத் தளம் விளங்கியது என்கிறார். இணையத்தின் மற்ற சேவைகளை எல்லாம் அவர்கள் பயன்படுத்துவார்கள் என்றாலும், இது அவர்களுக்கான பேட்டையாக இருக்கும் என்றார்.

ஆப்பிரிக்க அமெரிக்கர்களை இணையத்திற்குச் கொண்டு வர முயற்சிக்கின்றனர், இது மொத்த இணையத்திற்கும் நல்லது என பொதுவான சமூகத்தின் கருத்தாகவும் இருந்தது என்கிறார். (பேஸ்புக் துவங்கியபோது அது கல்லூரி மாணவர்களுக்கான சேவையாக, அதிலும் குறிப்பாக அமெரிக்காவின் முன்னணி கல்லூரி மாணவர்களுக்கான சேவையாக மட்டுமே இருந்தது என்பதை இங்கு நினைவில் கொள்ள வேண்டும்.)

ஒரு கட்டத்தில் பிளாக்பிளானட் நான்காவது பெரிய வலைப்பின்னல் சேவையாக இருந்தது. பேஸ்புக், மைஸ்பேஸ் அப்போது ஆதிக்கம் செலுத்தின. பின்னர் மைஸ்பேஸ் பின்னுக்குத் தள்ளப்பட்டு ஃபேஸ்புக் அலை வீசத்துவங்கிய போது, 2008ல் பிளாக்பிளானட், ரேடியோ ஒன் நிறுவனத்தால் கையகப்படுத்தப்பட்டது.

வாஸோ, 2008க்குப் பிறகு இந்த நிறுவனத்தில் இருந்து விலகிக் கொண்டார். அதன் பிறகு அவர் ஸ்டான்போர்டு பல்கலையில் அரசியல் உதவி பேராசிரியராகப் பணியாற்றி வருகிறார்.

புதிய புதிய சமூக ஊடக சேவைகள் அறிமுகம் துவங்கிய நிலையில் செல்வாக்கு மங்கிய பழைய சேவைகளின் பட்டியலில் இந்தத் தளமும் சேர்ந்தது. எனினும், ஆப்பிரிக்க அமெரிக்கர்கள் மத்தியில் இணையம் எங்களுக்குமானது எனும் உணர்வை உண்டாக்கிய சேவையாக அறியப்படுகிறது.

26. அறுகோண தொடர்பு!

சமூக வலைப்பின்னல் வரலாறு தொடர்பான பெரும்பாலான இணைய கட்டுரைகளும், பதிவுகளும் 1997ம் ஆண்டு துவங்கப்பட்ட சிக்ஸ்டிகிரீஸ்.காம் தளமே சமூக ஊடகத்தின் துவக்கம் என குறிப்பிடுகின்றன. பரவலாக அறியப்பட்ட பேஸ்புக்குற்கு முன், அதற்கும் முன் துவங்கப்பட்ட மைஸ்பேசுக்கும், பிரன்ஸ்டருக்கும் முன் சிக்ஸ்டிகிரீஸ் உருவானது இதற்கான காரணமாக சொல்லப்படுகிறது.

இது வரலாற்று பிழை மட்டும் அல்ல, கருத்தாக்க பிழையுமாக அமைகிறது.

சிக்ஸ்டிகிரீஸ்.காம் தளம் துவங்குவதற்கு பல ஆண்டுகளுக்கு முன்னரே சமூக ஊடக சேவை உருவாகி வளர்ந்து வந்திருக்கும் விதத்தை நாம் திரும்பி பார்த்து வந்திருக்கிறோம். எனவே, சிக்ஸ்டிகிரீஸ் சமூக ஊடகத்தின் துவக்கப்புள்ளி அல்ல. அதற்கு முன்னரே தகவல் பலகை எனும் பிபிஎஸ் இருந்தது, தகவல் பலகைகள் இணைந்த வலையான ஃபிடோநெட் இருந்தது, இணைய விவாதக்குழுக்களுக்கான முன்னோடி யூஸ்நெட் இருந்தது.

அதோடு, சமூக ஊடகம் என குறிப்பிடும் போது, பயனர்கள் தங்களுக்குள் தொடர்பு கொள்ளவும், கருத்து பரிமாற்றத்தில் ஈடுபடவும் வழிசெய்யும் தன்மை கொண்ட பலவிதமான இணைய சேவைகளை கூட்டாக குறிப்பதாகவே கருதப்படுகிறது. இந்த

பலவகையான சமூக ஊடக சேவைகளில், சமூக வலைப்பின்னல் தளங்கள் ஒருவகையாக கருதப்படுகிறது. பேஸ்புக்கும், டிவிட்டரும் இந்தப் பிரிவில்தான் வருகின்றன.

சமூக வலைப்பின்னல் தளங்களைப்பிரதானமாக இணையத்தின் மூலம் நட்புறவு வளர்க்கும் சேவைகள் எனப் புரிந்துகொள்ளலாம். சமூக வலைப்பின்னல் தளங்கள் தொடர்பாக விரிவாக ஆய்வு செய்துள்ள டேனா பாயட், உறுப்பினர்கள் தங்களுக்கான அறிமுகப் பக்கத்தை உருவாக்கிக்கொள்ள வழிசெய்வது, நண்பர்கள் பட்டியலை உருவாக்கிக்கொள்வது, சக உறுப்பினர்களின் நட்பு பட்டியலைச் சென்று பார்க்கும் வசதி ஆகிய மூன்று அம்சங்களை சமூக வலைப்பின்னல் தளங்களுக்கான வரையறையாகக் குறிப்பிடுகிறார்.

ஆக, சமூக வலைப்பின்னல் தளங்கள் வலைப்பதிவுகளில் இருந்து வேறுபட்டவை. இணைய அரட்டை சேவைகளில் இருந்தும் வேறுபட்டவை. மெய்நிகர் சமூகங்களில் இருந்து மாறுபட்டவை. இந்த வரையறைகள் ஒன்றோடு ஒன்று கலக்கும் சேவைகளும் உண்டு. தெளிவாக வரையறைக்கு முடியாதபடி, சமூக ஊடக சேவைகளுக்கு இடையிலான எல்லைக்கோடுகளும் மங்கலாவதும் உண்டு.

எனினும், சமூக வலைப்பின்னல் சார்ந்த சேவைகளே அதிகம் இருப்பதால், அவற்றில் உள்ள முன்னணி சேவைகளே அதிகம் அறியப்படுவதால், சமூக வலைப்பின்னல் தளங்களையே சமூக ஊடகமாகக் கருதுவதும் நிகழ்கிறது. இந்தக் கருத்து பிழையானதே.

இந்த வகையான கருத்தின் அடிப்படையிலேயே ஃபேஸ்புக்கிற்கு முன்னோடியான சிக்ஸ்டிகிரீஸ் சமூக ஊடகத்தின் துவக்கமாக குறிப்பிடப்படுகிறது. 1997 ல் துவக்கப்பட்ட சிக்ஸ்டிகிரீஸ் சமூக வலைப்பின்னல் சேவைகளின் துவக்கப்புள்ளி என்று குறிப்பிடுவது வேண்டுமானால் பொருத்தமாக இருக்கும் எனத் தோன்றினாலும், இதில் ஒரு சிக்கல் இருக்கிறது.

சிக்ஸ்டிகிரீஸ் சேவைக்கு முன்பாகவே பல சமூக வலைப்பின்னல் சேவைகள் அறிமுகம் ஆகியிருந்தன. நாம் கடந்த அத்தியாயத்தில் பார்த்தது போல, ஆப்பிரிக்க அமெரிக்கர்களுக்கான சமூக வலைப்பின்னல் சேவையின் முன்னோடியான ஆசியன் அவன்யூ

(AsianAve or Asian Avenue) சேவை 1997 ல் துவங்கியது. அமெரிக்க ஆசியர்கள் மத்தியில் இந்தத் தளம் பிரபலமாக இருந்தது.

தொழில்முறை வலைப்பின்னல் சேவைகளில் முதன்மையானதாகக் கருதப்படும் லிங்க்டுஇன் நிறுவனர் ஹாப்மன் அதற்கு முன் 1997 ல் சோஷியல்நெட் எனும் வலைப்பின்னல் சேவையைத் துவக்கியிருந்தார். டேட்டிங் தவிர, தொழில்முறை நட்புக்கு இந்தத் தளம் உதவியது.

இதேபோல, பிளானட் ஆல் *(PlanetAll)* 1996ம் ஆண்டு நவம்பர் மாதம் துவங்கப்பட்டது. எம்.ஐ.டி பட்டதாரிகள் வாரம் ஆடம்ஸ், பிரயான் ராபர்ட்சன் மற்றும் ஹார்வர்டு மாணவர்கள் இணைந்து இந்த சேவையை துவக்கினர். சமூக வலைப்பின்னல் அம்சங்களோடு, நாட்காட்டி மற்றும் முகவரி புத்தக வசதியை இந்த சேவை கொண்டிருந்தது.

இந்தத் தளம் முதலாவது சமூக வலைப்பின்னல் சேவையாக இருக்கலாம். இந்தத் தளம் கல்லூரிகள், நிறுவனங்கள் அடிப்படையில் வகைப்படுத்தப்பட்ட ஒரு லட்சம் குழுக்களைக் கொண்டிருந்தது. உறுப்பினர்கள் இதில் தங்கள் கல்லூரி அல்லது நிறுவனத்தை டைப் செய்தால், அவர்களின் சகாக்களை இந்தத் தளம் அடையாளம் காட்டியது. உறுப்பினர்கள் பரஸ்பரம் தொடர்புகொள்ளலாம். இணைய நாட்காட்டி மற்றும் முகவரி புத்தகம் இரண்டையும் இணைத்து சமூகமயமாக்கியது.

1998இல் அமேசான் நிறுவனம் இந்தத் தளத்தைக் கையகப்படுத்தியது, பின்னர் சமூக வலைப்பின்னல் சேவைக்கான காப்புரிமையும் பெற்றது.

இதேபோல, 1995இல் கனடா மாணவர்களால் துவக்கப்பட்ட குலோப் *(theGlobe.com)* தளம், வலைவாசல் அம்சங்களோடு சமூக வலைப்பின்னல் அம்சங்களையும் பெற்றிருந்தது. இந்தத் தளம் நண்பர்கள், உறவினர்களைத் தொடர்புகொள்ளும் வசதியோடு, ஒருமித்த ஆர்வம் கொண்ட குழுக்களை அமைக்க உதவியது. ஆர்வத்தின் அடிப்படையில் உறுப்பினர்கள் தங்களுக்குள் தொடர்புகொள்ளலாம். ஒரு கட்டத்தில் இந்தத் தளம் இணைய வெற்றிக்கதைகளில் ஒன்றாகப் பேசப்பட்டது.

இதே 1996 ம் ஆண்டு போல்ட் (www.bolt.com) சமூக வலைப்பின்னல் சேவை துவங்கியது. அந்தக் காலகட்டத்திலேயே வீடியோ பகிர்வு வசதியை இந்த தளம் அளித்தது. தகவல் பலகை, அரட்டை வசதி, இணைய வானொலி உள்ளிட்ட அம்சங்களை இந்த சேவை கொண்டிருந்தது. வீடியோ பகிர்வு சேவையான யூடியூப் அறிமுகமாவதற்கு பத்தாண்டுகளுக்கு முன் இந்த சேவை அறிமுகமானது குறிப்பிடத்தக்கது.

1997இல் அறிமுகமான ஐபிளிம். நெட் (iFilm.net) வீடியோ பகிர்வையும், வீடியோ ஒளிபரப்பையும் சாத்தியமாக்கிறது. இணையத்தில், டிஜிட்டல் குறும்படங்களை பார்வையிட வழி செய்த இந்த தளம் ஸ்டீரிமிங் என அறியப்படும் பிரிவில் முன்னோடி சேவையாக கருதப்படுகிறது. இந்தத் தளம் அறிமுகமான காலத்தில் ஹாலிவுட் பிரமுகர்கள் மத்தியில் பெரும் பரபரப்பையும், அதிர்ச்சியையும் ஏற்படுத்தியது.

இந்த பின்னணியில் 1997 ம் ஆண்டு சிக்ஸ்டிர்கிரீஸ் அறிமுகமானது. அறுகோண உறவு எனும் அடிப்படையில் இந்தத் தளம் அமைந்திருந்தது. அதாவது, உலகில் உள்ள எவரும், மற்ற ஒருவருடன் உறவுகொள்ள, இடையே ஆறு தொடர்புகளே தேவை எனும் சமூக கோட்பாடு அடிப்படையில் இந்த தளம் அமைந்திருந்தது. உறுப்பினர்கள் அறிமுக பக்கத்தை உருவாக்கிக் கொண்டு தங்கள் நண்பர்களை பட்டியலிடலாம் எனும் வசதி இருந்தது. நண்பர்களை அவர்கள் நெருக்கத்தின் அடிப்படையில் வகைப்படுத்தலாம். இந்த அம்சங்களின் அடிப்படையில், முதல் நவீன சமூக வலைப்பின்னல் சேவையாகக் கருதப்படுகிறது.

சமூக வலைப்பின்னல் சேவையாக பெரிதும் கவனத்தை ஈர்த்தாலும், இதன் வெற்றி நீடிக்கவில்லை. இந்தத் தளத்தின் சமூக உறவு அம்சங்களின் மேம்பட்ட வடிவமாக 2003 அறிமுகமான பிரட்ஸ்டர் தளம் இன்னும் பெரிய அளவில் கவனத்தை ஈர்த்தாலும், இதன் தொடர்ச்சியாக அறிமுகமான மைஸ்பேஸ் தளமே வெகுமக்களை கவர்ந்த முதல் சமூக வலைப்பின்னல் சேவையாக கருதப்படுகிறது.

பின் இணைப்புகள்: 1

சமூக ஊடக வரலாற்றின் முதல் பகுதி இது. சமூக ஊடகத்தை வரலாற்று நோக்கில் புரிந்துகொள்ளும் முயற்சியாக அதன் வேர்களில் கவனம் செலுத்தும் வகையில், 1971 முதல் 1997 வரையான முன்வரலாறு விரிவாக விவரிக்கப்பட்டுள்ளது. மேலும் சமூக ஊடகத்தின் பரந்து விரிந்த தன்மையையும் உணர்த்தும் வகையில் அமைந்துள்ளது.

1997க்குப் பிந்தைய சமூக ஊடகங்களின் வளர்ச்சி தனியே இரண்டாம் பாகமாகத் தொகுக்கப்பட்டுள்ளது.

- சைபர்சிம்மன்

பின் இணைப்புகள்: 2

நூலில் இடம்பெறும் இந்தக் கட்டுரைகளுக்கு வழிகாட்டியாக அமைந்த முக்கிய கட்டுரைகள், இணைப்புகள்:

1. COMMUNITY MEMORY TERMINAL AT LEOPOLD'S RECORDS, BERKELEY, CALIFORNIA- https://www.computerhistory.org/collections/catalog/102703229/
2. COMMUNITY MEMORY: PRECEDENTS IN SOCIAL MEDIA AND MOVEMENTS- https://computerhistory.org/blog/community-memory-precedents-in-social-media-and-movements/?key=community-memory-precedents-in-social-media-and-movements
3. PLATO: The Emergence of Online Community - https://web.archive.org/web/20130904151631/http://thinkofit.com/plato/dwplato.htm
4. PLATO History Foundation- http://platohistory.org/
5. The TEXTFILES.COM Historical BBS List - http://bbslist.textfiles.com/
6. AN OVERVIEW OF BBS PROGRAMS - http://www.bbsdocumentary.com/software/expanded.html
7. FidoNet: Technology, Use, Tools, and History - https://www.fidonet.org/inet92_Randy_Bush.txt
8. Christensen, Ward; Suess, Randy - http://vintagecomputer.net/cisc367/byte%20nov%201978%20computerized%20BBS%20-%20ward%20christensen.pdf
9. The Lost Civilization of Dial-Up Bulletin Board Systems - https://www.theatlantic.com/technology/archive/2016/11/the-lost-civilization-of-dial-up-bulletin-board-systems/506465/
10. HISTORY OF ECHOMAIL- https://web.archive.org/web/20160210034936/http://www.rxn.com/~net282/fidonet.wagner.echomail.txt

11. History of IRC (Internet Relay Chat) - https://daniel.haxx.se/irchistory.html

12. History of IRC by Jarkko Oikarinen- https://www.mirc.com/history.html

13. We'll Miss You: Pioneering instant messaging program ICQ is finally shutting down after nearly 30 years - https://www.pcgamer.com/software/well-miss-you-pioneering-instant-messaging-program-icq-is-finally-shutting-down-after-nearly-30-years/

14. The Rise and Fall of AIM, the Breakthrough AOL Never Wanted -https://mashable.com/archive/aim-history

15. The Social Forces Behind the Development of Usenet- http://www.columbia.edu/~hauben/book/ch106.x03

16. Usenet FAQ - An Overview of Newsgroups- https://www.ou.edu/research/electron/internet/use-faq.htm

17. The Saga of The Well, the World's Most Influential Online Community - https://www.wired.com/1997/05/ff-well/

18. Rheingold, Howard (1993). The Virtual Community: Homesteading on the Electronic Frontier. Addison Wesley.

19. "A Boom for On-Line Services". The New York Times.

20. Remembering GeoCities, the 1990s Precursor to Social Media- https://www.howtogeek.com/692445/remembering-geocities-the-1990s-precursor-to-social-media/

21. Early History of LISTSERV- https://www.lsoft.com/products/listserv-history.asp

22. Expanding Unidirectional Ring Of Pages- https://web.archive.org/web/20050405175856/http://foldoc.doc.ic.ac.uk/europa.html

23.The strange saga of Yahoo and WebRing-

24. "BlackPlanet's Universe"- http://www.omarwasow.com/Stanford_Magazine_04.pdf

25. The Internet Origin Story You Know Is Wrong- https://www.wired.com/story/internet-origin-story-bbs/

சைபர்சிம்மன் (இரா.நரசிம்மன்)

சுயேச்சை பத்திரிகையாளர், தொழில்நுட்ப வலைப்பதிவாளர், டிஜிட்டல் இதழியல் கவுரவ விரிவுரையாளர். தொழில்நுட்பம், இணையம், மென்பொருள், சமூக ஊடகம், செயற்கை நுண்ணறிவு உள்ளிட்ட நவீன ஊடகம் தொடர்பாக, இருபது ஆண்டுகளுக்கும் மேலாகத் தொடர்ச்சியாக எழுதிவருபவர். இணையம், தொழில்நுட்பம் சார்ந்த விஷயங்களை அவற்றின் வரலாற்று நோக்கிலும், கலாச்சார, சமூக அம்சங்கள் சார்ந்தும் கவனம் செலுத்துவதில் வழக்கமான பாணியில் இருந்து விலகி நிற்கிறார். இருபது ஆண்டுகளுக்கும் மேலாக, சுதேசமித்ரன் நாளிதழ் துவங்கி, இந்தியா டுடே தமிழ்ப் பதிப்பு வரை, முழு நேர இதழாளராகப் பணியாற்றிய பின், கடந்த பத்தாண்டுகளுக்கும் மேலாக, சுயேச்சை இதழாளராக, வலைப்பதிவாளராக, இணைய எழுத்தாளராக, கவுரவ விரிவுரையாளராகச் செயல்பட்டு வருகிறார். தமிழின் முன்னணி நாளிதழ்கள், வார இதழ்கள், இணைய ஊடகங்களில் கட்டுரைகள், தொடர்கள், பத்திகளை எழுதிவருவதோடு, சொந்த வலைப்பதிவு மற்றும் இணைய மின்மடலையும் கொண்டிருக்கிறார். இணையத்தால் இணைவோம், 'நெட்'சத்திரங்கள், நம் காலத்து நாயகர்கள், டிஜிட்டல் பணம், மொபைல் ஜர்னலிசம், ஆதியில் ஸ்லேஷ்டாட் இருந்தது (மின்னூல்), தகவல் திங்கள் (கிண்டில் மின்னூல்), அசத்தும் அறிவியல், ஏஐ ஓர் எளிய அறிமுகம், சாட்ஜிபிடி சரிதம் உள்ளிட்ட நூல்கள் வெளியாகியுள்ளன.

இணையதளம்: http://cybersimman.com/
மின்னஞ்சல்: enarasimhan@gmail.com
மின்மடல்: https://cybersimman.substack.com/

www.ingramcontent.com/pod-product-compliance
Lightning Source LLC
LaVergne TN
LVHW100839051026
849519LV00006B/2364